ஆழ்வார்கள்

ஓர் எளிய அறிமுகம்

கிழக்கு பதிப்பக வெளியீடுகளாக சுஜாதாவின் புத்தகங்கள்

21ம் விளிம்பு
24 ரூபாய் தீவு
6961
அப்பா, அன்புள்ள அப்பா
அப்ஸரா
அனிதா - இளம் மனைவி
அனிதாவின் காதல்கள்
அனுமதி
ஆ..!
ஆட்டக்காரன் சிறுகதைகள்
ஆதனிலால் காதல் செய்வீர்
ஆயிரத்தில் இருவர்
ஆர்யபட்டா
ஆழ்வார்கள்:ஓர் எளிய அறிமுகம்
ஆஸ்டின் இல்லம்
இதன் பெயரும் கொலை
இரண்டாவது காதல் கதை
இருள் வரும் நேரம்
இளமையில் கொல்
இன்னும் ஒரு பெண்
உள்ளம் துறந்தவன்
ஊஞ்சல்
எதையும் ஒரு முறை
என் இனிய இயந்திரா
என்றாவது ஒரு நாள்
ஐந்தாவது அத்தியாயம்
ஒரு நடுப்பகல் மரணம்
ஒரே ஒரு துரோகம்
ஓடாதே
ஓரிரவில் ஒரு ரயிலில்
ஓரிரு எண்ணங்கள்
ஓலைப்பட்டாசு
கடவுள் வந்திருந்தார்
கமிஷனருக்குக் கடிதம்
கம்ப்யூட்டரே ஒரு கதை சொல்லு
கம்ப்யூட்டர் கிராமம்
கரையெல்லாம் செண்பகப்பூ
கற்பனைக்கும் அப்பால்
கனவுத் தொழிற்சாலை
காயத்ரி
குருபிரசாத்தின் கடைசி தினம்
கை
கொலை அரங்கம்
சிங்கமய்யங்கார் பேரன்
சில வித்தியாசங்கள்
சிவந்த கைகள்
சிறுகதை எழுதுவது எப்படி?
சின்னச் சின்னக் கட்டுரைகள்
சொர்க்கத் தீவு
டாக்டர் நரேந்திரனின் விநோத வழக்கு
தங்க முடிச்சு
தப்பித்தால் தப்பில்லை
திசை கண்டேன் வான் கண்டேன்
தீண்டும் இன்பம்
தூண்டில் கதைகள்
தேடாதே
தோரணத்து மாவிலைகள்
நகரம் சிறுகதைகள்
நிர்வாண நகரம்
நில் கவனி தாக்கு
நில்லுங்கள் ராஜாவே
நிறமற்ற வானவில்
நிஜத்தைத் தேடி
நைலான் கயிறு
பதினாலு நாள்கள்
பத்து செகண்ட் முத்தம்
பாதி ராஜ்யம்
பாரதி இருந்த வீடு
பிரிவோம் சந்திப்போம்
ப்ரியா
மண்மகன்
மத்யமர்
மலை மாளிகை
மனைவி கிடைத்தாள்
மாயா
மிஸ் தமிழ்தாயே நமஸ்காரம்
மீண்டும் ஒரு குற்றம்
மீண்டும் தூண்டில் கதைகள்
மீண்டும் ஜீனோ
முத்தல் நாடகம் - நாடகங்கள்
மூன்றுநாள் சொர்க்கம்
மெரீனா
மேகத்தைத் துரத்தியவன்
மேலும் ஒரு குற்றம்
மேற்கே ஒரு குற்றம்
ரயில் புன்னகை
ரோஜா
வசந்த காலக் குற்றங்கள்
வாய்மையே சில சமயம் வெல்லும்
வாரம் ஒரு பாசுரம்
வானத்தில் ஒரு மௌனத்தாரகை
விக்ரம்
விடிவதற்குள் வா
விபரீதக் கோட்பாடு
விருப்பமில்லா திருப்பங்கள்
விரும்பிச் சொன்ன பொய்கள்
விவாதங்கள் விமர்சனங்கள்
விழுந்த நட்சத்திரம்
வைரங்கள்
ஜன்னல் மலர்
ஜீனோம்
ஜோதி
ஸ்ரீரங்கத்து தேவதைகள்

ஆழ்வார்கள்

ஓர் எளிய அறிமுகம்

சுஜாதா

கிழக்கு

ஆழ்வார்கள்: ஓர் எளிய அறிமுகம்
Azhvargal: Or Eliya Arimugam
by Sujatha
Sujatha Rangarajan ©

Kizhakku First Edition: January 2011
160 Pages

ISBN 978-81-8493-621-6
Kizhakku - 601

Kizhakku Pathippagam
177/103, First Floor,
Ambal's Building, Lloyds Road,
Royapettah, Chennai 600 014.
Ph: +91-44-4200-9603

Email : support@nhm.in
Website : www.nhm.in

Cover Image: Sowrirajan, Chennai, India
Wikimedia Commons

Kizhakku Pathippagam is an imprint of New Horizon Media Private Limited

வைணவ சம்பிரதாயத்தின் கருத்துகளைப் பரப்பும் பெரியோர்களை ஆழ்வார்கள், ஆச்சாரியர்கள் என்று இருவகைப்படுத்துவார்கள். இவர்களில் ஆழ்வார்கள் பன்னிரண்டு பேர். ஆச்சாரியார் என்போர் ஆழ்வார் களுக்குப் பிற்பட்டவர்கள்.

உள்ளே

முன்னுரை	✦	09
1. அறிமுகம்	✦	11
2. பொய்கை ஆழ்வார்	✦	17
3. பூதத்தாழ்வார்	✦	26
4. பேயாழ்வார்	✦	33
5. திருமழிசை ஆழ்வார்	✦	41
6. பெரியாழ்வார்	✦	54
7. ஆண்டாள்	✦	75
8. திருமங்கை ஆழ்வார்	✦	93
9. திருப்பாணாழ்வார்	✦	109
10. குலசேகர ஆழ்வார்	✦	114
11. தொண்டரடிப்பொடி ஆழ்வார்	✦	123
12. நம்மாழ்வார்	✦	129
13. மதுரகவி ஆழ்வார்	✦	151
14. முடிவுரை	✦	155

முன்னுரை

'ஆழ்வார்கள் - ஓர் எளிய அறிமுகம்' குமுதம் பக்தி ஸ்பெஷல் பத்திரிகையில் இரண்டு ஆண்டுகளுக்குமேல் தொடர்ந்து வந்தது. மக்களிடம் நல்ல வரவேற்பைப் பெற்றது.

ஆழ்வார்களுக்கு அறிமுகம் மட்டும்தான் இந்த நூல். இதைப் படிக்கிறவர்களுக்கு ஆழ்வார் பாடல்களின்மேல் ஆர்வம் நிச்சயம் ஏற்பட்டு நாலாயிரத்தையும் நாடுவார்கள் என்பதில் ஐயமில்லை.

– சுஜாதா

1. அறிமுகம்

முதலில் 'ஆழ்வார்' என்கிற சொல்லுக்கு என்ன பொருள் என்று பார்ப்போம்.

பகவானின் குணங்களில் ஆழ்ந்து ஈடுபடுபவர் களை ஆழ்வார்கள் என்று சொல்வார்கள். பகவான் விஷ்ணுவாகத்தான் இருக்க வேண்டும் என்று இல்லை. எதிலும் தீவிரமாக ஆழ்பவர்களை ஆழ்வார் என்று அழைக்கலாம். துக்கத்தில், துயரத்தில், சந்தோஷத்தில் ஆழ்வாரும் உண்டு. ஏ.கே. ராமானுஜன் ஆழ்வார் பாடல்களில் சிலவற்றை ஆங்கிலத் தில் மொழிபெயர்த்த புத்தகத்துக்கு Hymns for the Drowning என்று பெயர் வைத்தார். வெள்ளத் தில் மூழ்குபவர்களுக்கான பாடல்கள் என்று. வெள்ளம் என்றால் பக்தி வெள்ளம்.

'ஆசைப்பட்டு ஆழ்வார் பலர்' என்று திரு மழிசை ஆழ்வாரே 'நான்முகன் திருவந்தாதி' யில் சொல்லியிருக்கிறார். நான் சொல்லப் போகும் ஆழ்வார்கள் தனிச்சிறப்புள்ளவர்கள்; 'நாலாயிர திவ்வியப் பிரபந்தம்' என்னும் அருமையான வைணவ நூலின் பாடல்களை இயற்றியவர்கள்.

ஒரே ஒரு பாடலை முதலில் மாதிரி பார்ப்போம்.

நீயே உலகெலாம் நின்அருளே நிற்பனவும்
நீயே தவத்தேவ தேவனும் - நீயே
எரிசுடரும் மால்வரையும் எண்திசையும் அண்டத்(து)
இருசுடரும் ஆய இவை (2401)

ஏழாம் நூற்றாண்டில் எழுதப்பட்ட இந்த வெண்பாவின் அற்புதம்
ஏறக்குறைய உங்களுக்குப் புரியும் என்று எண்ணுகிறேன்.
கடவுளைப் பார்த்து,

நீதான் எல்லா உலகமும்,
பூமியில் நிலைத்திருப்பவை எல்லாம் உன் அருள்.
நீதான் தேவர்களுக்கெல்லாம் தேவன்.
நீதான் நெருப்பு, நீதான் மலை, நீதான் எட்டுத் திசைகளும்
நீதான் சூரியன், சந்திரன்.

இவ்வகையிலான அபாரமான நாலாயிரம் பாடல்களைக்
கொண்டது திவ்வியப் பிரபந்தம். அவற்றைப் பாடிய ஆழ்வார்கள்
பற்றியது இந்தப் புத்தகம்.

ஆழ்வார்கள் பத்து பேர். அவர்கள் பெயர்:

பொய்கை ஆழ்வார், பூதத்தாழ்வார், பேயாழ்வார், திருமழிசை
ஆழ்வார், திருமங்கை ஆழ்வார், தொண்டரடிப்பொடி ஆழ்வார்,
திருப்பாண் ஆழ்வார், குலசேகர ஆழ்வார், பெரியாழ்வார்,
நம்மாழ்வார். இவர்களுடன் விஷ்ணுவை நேரடியாகப்
பாடாமல் நம்மாழ்வாரைப் பற்றிப் பதினொரு பாடல்களைப்
பாடிய மதுரகவி ஆழ்வாரையும், 'திருப்பாவை'யும் 'நாச்சியார்
திருமொழி'யும் பாடிய பெண் புலவரான ஆண்டாளையும்
சேர்த்து ஆழ்வார்கள் பன்னிருவர் என்று சொல்வதும் உண்டு.

பெண்களையும் ஆழ்வார் என்று குறிப்பிடும் பழக்கம் பழந்
தமிழ்நாட்டில் இருந்திருக்கிறது. ஆழ்வார் பராந்தகன் குந்தவைப்
பிராட்டியார், மதுராந்தகியாழ்வார், குலோத்துங்க சோழன்
மகளார் அம்மங்கையாழ்வார் போன்று சோழ சாசனங்க
ளிலிருந்து இந்தச் சொல் இருபாலர்க்கும் பயன்பட்டது என்பது
தெரிகிறது. ஆண்டாள் என்னும் பெயரில், ஆள் என்பதே
ஆழ்வாரின் பகுதி என்று எண்ணவைக்கிறது.

ஆழ்வார் என்கிற சொல்லை சமண, பௌத்த ஞானிகளுக்கும் பயன்படுத்தியுள்ளனர். உதாரணமாக, மயித்திரியாழ்வார் என்று புத்ததேவர்க்குப் பெயருள்ளதை 'தக்கயாகப்பரணி' என்னும் நூல் சொல்கிறது. அவிரோதியாழ்வார் என்று ஒரு சமண முனிவருக்குப் பெயர் இருந்திருக்கிறது.

ஆழ்வார் என்ற பட்டம் நேரடியாக கடவுள் என்ற பொருளில், ஆழ்வார் திருவரங்கத் தேவர் என்று சோழ சாசனங்களில் வருகிறது. நாலாயிர திவ்வியப் பிரபந்தத்தை இயற்றிய ஆழ்வார்கள் ஒரே காலத்தைச் சேர்ந்தவர்கள் இல்லை. சங்க காலத்துக்குப் பிற்பட்டும் பிரபந்தத்தை தொகுத்த நாதமுனிகள் காலத்துக்கு முற்பட்டும் ஏழாம், எட்டாம் நூற்றாண்டுகளில் வாழ்ந்தவர்கள். இவர்கள் காலத்தைப் பற்றிப் பின்னால் விவரமாகப் பார்க்கப் போகிறோம்.

இவர்கள் ஒரே குலத்தைச் சேர்ந்தவர்களும் இல்லை. முதலாழ்வார்களான பொய்கையார், பூதத்தாழ்வார், பேயாழ்வார் மூவரும் 'அயோநிஜர்கள்' எனப்படுகிறார்கள். இவர்கள் கண்டெடுக்கப்பட்டவர்கள் என்பதும், பிற்பாடு ரிஷிகளாக இருந்தவர்கள் என்பதும் தெரிகிறது. திருமழிசையாழ்வார் தாழ்ந்த குலத்தில் பிறந்தவர் என்பது அவர் பாட்டிலிருந்தே தெரிகிறது.

குலங்களாய ஈரிரண்டில் ஒன்றிலும் பிறந்திலேன் (841)

என்று அவரே சொல்லிக்கொள்கிறார். பெரியாழ்வார் வேயர் குல அந்தணர் (மூங்கிலைச் சார்ந்த பார்ப்பனக் குடியினரை வேயர் என்று சொன்னார்கள்). பெரியாழ்வாரின் துளசித் தோட்டத்தில் கண்டெடுக்கப்பட்ட பெண் குழந்தை ஆண்டாள். திருமங்கை யாழ்வார் கள்வர் குலத்தைச் சேர்ந்தவர். குலசேகர ஆழ்வார் சேரநாட்டு அரச குலத்தைச் சேர்ந்தவர். திருப்பாணாழ்வார் 'அந்திம வம்சம் பஞ்சம குலம்' என்று அப்போது அழைக்கப் பட்ட பாணர் சாதியில் பிறந்தவர். தொண்டரடிப்பொடி ஆழ்வார் பிராமணர். நம்மாழ்வார் வெள்ளாள சிற்றரசர் வம்சத்தைச் சேர்ந்தவர். அவர் மாணாக்கரான மதுரகவி பிராமணர். இவ்வாறு எல்லாக் குலங்களிலும் ஆழ்வார்கள் இருந்திருக்கிறார்கள்.

சாதி வித்தியாசம் பார்க்காமல் இருப்பது வைணவக் கருத்துகளில் தலையாயது. அந்தணருக்கான கிரியைகள் அவர்களுக்கு

முக்கியமில்லை. அவற்றை அவர்கள் புறக்கணித்தார்கள் என்பதற்குக்கூட ஆதாரம் இருக்கிறது. அந்தணரான தொண்டரடிப் பொடி ஆழ்வார்,

> குளித்துமூன்(று) அனலை ஓம்பும்
> குறிகொள் அந்தண்மை தன்னை
> ஒளித்திட்டேன் (896)

என்று சொல்லும்போது தினம் குளிப்பது, மூன்று முறை அக்கினிஹோத்திரம் செய்வது போன்ற சடங்குகள் (rituals) முக்கியமில்லை என்பதை வலியுறுத்துகிறார்.

முதலாழ்வாரான பொய்கையார்,

> புந்தியால் சிந்தியா(து) ஓதி உருவெண்ணும்
> அந்தியால் ஆம்பயன்அங் கென் (2114)

என்று பாடும்போது, பகவானை மனத்தால் நினைக்காமல் வேறு மந்திரங்களை உருப்போட்டுச் செய்யும் சந்தியாவந்தனத்தால் பயனே இல்லை என்று, ஆரம்பத்திலிருந்தே சடங்குகள் முக்கிய மில்லை என்றது வைணவம்.

தொண்டரடிப்பொடியாழ்வார்,

> இழிகுலத்தவர்களேனும் எம் அடியார்கள் ஆகில்
> தொழுமினீர் கொடுமின் கொண்மின் (913)

என்று, வைணவராக இருந்தால் போதும்; குலம் முக்கியமில்லை; அவர்களைத் தொழுது, அவர்களுக்குக் கொடுக்கலாம், கொள்ளலாம் என்ற சாதியற்ற வைணவத்தின் ஆணிவேர் ராமானுஜர் காலத்துக்கு முன்பே இருந்திருக்கிறது.

எல்லாவற்றுக்கும் சிகரம் வைத்தாற்போல் நம்மாழ்வார்,

> குலந்தாங்கு சாதிகள் நாலினும் கீழிழிந்து எத்தனை
> நலந்தானிலாத சண்டாள சண்டாளர்களாகிலும்
> வலந்தாங்கு சக்கரத்தண்ணல் மணிவண்ணற்கு ஆள்என்றுள்
> கலந்தார் அடியார்தம் அடியார் எம் அடிகளே (3195)

எத்தனைதான் கீழான சாதியராக இருந்தாலும் சக்கரத்தை வலது கையில் வைத்திருக்கும் விஷ்ணுவின் ஆள் நான் என்று உள் கலந்துவிட்டால், அவர்களின் அடியவர்களுக்கு அடியவர்

நாங்கள் என்று கூறும் இந்தக் குரல் எட்டாம் நூற்றாண்டிலேயே சாதி பாராட்டாத பக்திக் குரல்.

பிரபந்தத்தில் உள்ள நாலாயிரம் பாடல்களின் வரிசைக்கிரமம் அவற்றைத் தொகுத்த நாதமுனிகள் அமைத்தது. இக்கட்டுரைத் தொடரில் அந்த வரிசையைப் பயன்படுத்தினால், ஒரே ஆழ்வாருக்குப் பலமுறை திரும்ப வரவேண்டியிருக்கும். அதனால் ஆழ்வார்கள் வாழ்ந்த கால வரிசைப்படி அவர்கள் பாடல்களையும் தத்துவங்களையும் விளக்க முற்படுகிறேன்.

இக்கட்டுரையில் உள்ள வைணவக் கருத்துகள் யாவும் பெரிய மகான்களும், உரை எழுதியவர்களும், வியாக்யானக்காரர்களும் கொடுத்த கருத்துகள். என் சொந்தக் கருத்துகள் அங்கங்கே இருப்பின் அதை நான் தனியாகக் குறிப்பிடுகிறேன். பிரபந்தத் தில் என் ஈடுபாடு நான் ஒரு வைணவன் என்கிற கோணத்தில் மட்டும் இல்லை. அதன் தமிழ் நடையும் சொற்பிரயோகங்களும் என் எழுத்துத் திறமைக்கு வலுவான பின்னணியாக இருந்திருக் கின்றன. பிரபந்தத்தில் குறிப்பாக நம்மாழ்வார் திருவாய்மொழி யில் உள்ள பிரபஞ்சக் கருத்துகள், இயற்பியல் காஸ்மாலஜி கருத்துகளுடன் ஒத்துப்போவதை ஓர் அறிவியல் உபாசகன் என்ற முறையில் வியந்திருக்கிறேன். அந்த வியப்புகளையும் உங்களுக்குக் கொடுக்க முயல்கிறேன்.

உதாரணமாக, நம்மாழ்வாரின் பாசுரம் ஒன்று இவ்வாறு தொடங்குகிறது.

ஒன்றும் தேவும் உலகும் உயிரும் மற்றும் யாதுமில்லா அன்று
நான்முகன் தன்னொடு தேவர் உலகோடு உயிர் படைத்தான் (3330)

ஸ்டீபன் ஹாக்கிங்கின் ஒரு கட்டுரையில் (பிரபஞ்சத்தின் தொடக்கம்) 'பிரபஞ்சம் எப்படி தொடங்கியது என்பதை வேண்டுமானால் அறிவியல் கண்டுபிடிக்க முடியுமே ஒழிய, பிரபஞ்சம் ஏன் இருக்க முனைகிறது என்பதை அதனால் விளக்கமுடியாது' என்கிறார். அதற்கு ஆதிகாரணனாக ஒரு கடவுள் தேவைப்படுகிறார் என்பதை அறிவியலாளர்கள் தயக்கத் துடன் ஒப்புக்கொள்கிறார்கள். எதுவுமே இல்லாத, காலம்கூடத் துலங்காத அந்த முதற்கணத்திற்கு முற்பட்ட நிலையைப் பற்றி இயற்பியல் 'சிங்குலாரிட்டி' என்கிறது. நம்மாழ்வாரும் அதைத்தான் சொல்கிறார்.

இந்த முன்னுரையுடன் முதல் ஆழ்வாரான பொய்கையாரின் முதல் பாடலைப் பார்ப்போம்.

வையம் தகளியா(ய்) வார்கடலே நெய்யாக
வெய்ய கதிரோன் விளக்காக - செய்ய
சுடராழியான் அடிக்கே சூட்டினேன் சொல்மாலை
இடராழி நீங்குகவே என்று (2082)

என்று கம்பீரமான மிகப் பெரிய விளக்கு ஒன்றை ஏற்றுகிறார் பொய்கை ஆழ்வார்.

உலகம்தான் அகல், கடல்தான் நெய், சூரியன்தான் ஒளிப் பிழம்பு, இம்மாதிரியான பிரம்மாண்டமான விளக்கைச் சக்கரம் ஏந்திய விஷ்ணுவின் பாதத்தில் ஏற்றி, சொற்களால் ஒரு மாலை அணிவித்தேன் - என் துன்பக் கடல் எல்லாம் நீங்குக என்று.

இதைச் சொல் மாலை என்பது எத்தனை பொருத்தமானது.

பொய்கையாழ்வார், பூதத்தாழ்வார், பேயாழ்வார் மூவரும் ஆளுக்கு நூறு பாடல்கள் பாடியிருக்கிறார்கள். அவை அந்தாதி என்னும் வடிவில் உள்ளன. அதாவது, முதல் பாடலின் கடைசி வரியில் அடுத்த பாடலின் ஆரம்ப வார்த்தை இருக்கும். இப்படிச் சொற்களை மாலை போன்று தொடுக்கிறார்கள் மூவரும். அதில் விசேஷம் நூறாவது பாட்டின் கடைசி வார்த்தை முதல் பாட்டின் முதல் வார்த்தை. உதாரணமாக முதல் பாடல் 'வையகம்' என்று ஆரம்பிக்கிறது, 'என்று' என்பதில் முடிகிறது. அடுத்த பாட்டு, 'என்று கடல் கடைந்தது' என்று தொடங்குகிறது. பொய்கை யாரின் முதல் திருவந்தாதியின் நூறாவது பாடல் 'மாயவனை மனத்து வை' என முடிகிறது! மாலை ஒரு சுற்று முற்றுப் பெற்று விட்டதல்லவா!

2. பொய்கை ஆழ்வார்

வைணவ சம்பிரதாயத்தின் கருத்துகளைப் பரப்பும் பெரியோர்களை ஆழ்வார்கள், ஆச்சாரியர்கள் என்று இருவகைப்படுத்துவார் கள். இவர்களில் ஆழ்வார்கள் பன்னிரண்டு பேர். ஆச்சாரியார் என்போர் ஆழ்வார்களுக்குப் பிற்பட்டவர்கள். பிரபந்தத்தைத் தொகுத்த நாதமுனிகள் இவர்களில் முதலானவர். ஆழ்வார்கள் சொன்ன வழியைப் பின்பற்றி வைணவக் கருத்துகளை நாட்டில் பரப்பி நல்வாழ்வுக்கு வழிகாட்டுபவர்கள் ஆச்சாரியர் கள். இன்றைய நாட்களில்கூட ஒவ்வொரு வைணவனுக்கும் ஒரு ஆச்சாரியன் இருப்பார். அவரிடம் தத்துவ விளக்கங்கள் கேட்டறி யலாம். இந்த மரபு தொடர்கிறது.

ஆழ்வார்கள் வாழ்ந்த காலத்தைப் பற்றிப் பல ஆராய்ச்சிகள் உள்ளன. டாக்டர் மு. இராக வையங்கார் எழுதிய 'ஆழ்வார்கள் காலநிலை' என்ற புத்தகம் முதன்மையானது. அதில் வரும் கருத்துகள் அனைத்துடனும் ஒத்துப்போக முடியாவிட்டாலும், ஐயங்காரின் ஆராய்ச்சி முறை விஞ்ஞானபூர்வமானது.

வைணவ வரலாறுகள் அவ்வளவாக சரித்திர உண்மையைப் பற்றிக் கவலைப்படுவதில்லை. கருடவாகன பண்டிதர் என்பவர் ராமானுஜரின் காலத்தவர். அவர் சமஸ்க்ருதத்தில் 'திவ்யசூரி சரித்திரம்' என்ற நூலை எழுதியுள்ளார். அதுவும், பின்பழகிய பெருமாள் ஜீயர் என்பவர் எழுதிய 'ஆறாயிரப்படி குரு பரம்பரை' என்ற சமஸ்கிருதமும் தமிழும் கலந்த மணிப்ரவாள நடையில் எழுதப்பட்ட நூலும் ஆழ்வார்களின் பிறந்த தினங்கள், அவர்கள் வாழ்வின் சம்பவங்கள் ஆகியவற்றை விவரிக்கின்றன.

ஆனால், உணர்ச்சியும் பக்தியும் கலந்த இந்தக் கதைகளை நவீன ஆராய்ச்சி முறைப்படி சரித்திரச் சான்றுகளாக ஏற்றுக் கொள்வதில் தயக்கம் உள்ளது. எனவே, ஆழ்வார் பாடல்களிலேயே கிடைக்கும் அகச்சான்றுகளிலிருந்தும் மற்ற பக்தி சாரா இலக்கண இலக்கிய நூல்களின் வரலாற்றுக் குறிப்புகளிலிருந்தும் ஆழ்வார்கள் காலத்தை ஓரளவுக்கு யூகிக்க முடிகிறது.

பொய்கையார், பூதத்தார், பேயார் என்கிற முதலாழ்வார்கள் சமகாலத்தவர்கள் என்பதை அனைவரும் ஒப்புக்கொள்கிறார்கள். பொய்கையார் என்ற பெயருடையவர் சங்க இலக்கியங்களான புறநானூறிலும் நற்றிணையிலும் சில பாடல்களைப் பாடியதாக திணை, துறைக் குறிப்புகளிலிருந்து தெரிகிறது. போரில் அகப்பட்ட சேர அரசனை விடுவிப்பதற்காக சோழன் கோச்செங்கணானைப் புகழ்ந்து பாடும் 'களவழி நாற்பது' என்ற நூலைப் பாடியவர் பொய்கையார் என்பர். சங்ககாலப் பொய்கையாரும், 'களவழி நாற்பது' பொய்கையாரும், பொய்கை ஆழ்வாரும் ஒருவரல்லர் என்பது பரவலான கருத்து. காரணம், பொய்கையார் தன் பாடல்கள் சிலவற்றில் 'தோள் அனையல்லால் தொழா (என் தோள்கள் அவனைத் தவிர வேற யாரையும் வணங்கா), 'நயவேன் பிறர் பொருளை நண்ணேன்' (திருமால் அல்லாது வேறு எவரையும் பாடமாட்டேன்) என்றும் சொல்கிறார். மேலும் இவ்வாழ்வார்கள் மூவரும் முனிவர்கள். அரசர்களை நாடிப் பாடும் அவசியம் அற்றவர்கள். (ஆனால், ராகவையங்கார் இக்கருத்துடன் மாறுபடுகிறார்.)

பூதத்தாழ்வார் பாடலில் 'மாமல்லை' என்கிற துறைமுகத்தைப் பற்றிய குறிப்பு உள்ளது. மகேந்திரப் பல்லவன் மகனான முதலாம் நரசிம்ம வர்மன் காலத்தில் ஏற்பட்டது மாமல்லை என்று சொல்கிறார்கள். எல்லாச் சான்றுகளையும் கருத்தில்

கொண்டு முதலாழ்வார்கள் காலம் கடைச்சங்க காலமான கிபி 575-600 என்று கொள்கிறார்கள்.

பொய்கை ஆழ்வார் காஞ்சிபுரத்திலும் (திருவெஃகா), பூதத் தாழ்வார் கடல் மல்லையிலும், பேயாழ்வார் மயிலையிலும் அவதரித்தவர்கள்.

முதலாழ்வார்கள் பாடிய மூன்று திருவந்தாதிகளைப் பற்றிய மரபு வழிக் கதை ஒன்று வசீகரமானது.

திருக்கோவிலூருக்கு ஒருமுறை பொய்கையாழ்வார் சென்றார். நல்ல மழை. இருள். ஒரு முனிவருடைய ஆசிரமத்தில் இடை கழியில் மழைக்கு ஒதுங்கினார். சிறிய இடம். ஒருவர் மட்டும் படுக்கலாம். படுத்துக்கொண்டார். சற்று நேரத்தில் அங்கே பூதத்தாழ்வார் வந்தார். 'ஒருவர் படுக்கலாம் எனில், இருவர் உட்காரலாம்' என்று இருவரும் உட்கார்ந்தார்கள். சற்று நேரத்தில் மூன்றாவதாக பேயாழ்வார் வந்து சேர்ந்தார். 'இருவர் உட்காரலாம் எனில், மூவர் நிற்கலாம்' என்று அவரும் ஒதுங்க மூவரும் நின்றுகொண்டிருந்தார்கள். இருளில் அவர்களுடன் நான்காவதாக ஒருவர் இருப்பதை உணர்ந்தார்கள். இவர்களோடு நெருக்கத்தை விரும்பிய பகவான், இவர்களை நெருக்கத் தொடங்கினார். யார் இப்படிப் போட்டு நெருக்குகிறார்கள் என்று காண்பதற்காக 'வையம் தகளியா' என்று தொடங்கி, பொய்கை யார் நூறு பாடல்களைப் பாடினார். பூதத்தார், 'அன்பே தகளியா' என்று தொடங்கி நூறு பாடல்களைப் பாடினார். முதல் நூறு பாடல்களால் புறவிருள் அகன்றது. இரண்டாவது நூறு பாடல் களால் அகவிருள் அகன்றது.

பகவானை அவர்களால் தரிசிக்க முடிந்தது. அந்தத் தரிசனத்தின் பரவசத்தில் பேயாழ்வார் 'திருக்கண்டேன் பொன்மேனி கண்டேன்' என்று நூறு பாடல்களைப் பாடினார். அவர்கள் இயற்றிய இந்தப் பாடல்கள் முந்நூறும் இயற்பா என்கிற பாகு பாட்டில் மூன்று திருவந்தாதிகளாக மிளிர்கின்றன.

அந்த மூன்று முதற்பாடல்களும் இவை:

'முதல் திருவந்தாதி'யில் பொய்கையார்,

வையம் தகளியா வார்கடலே நெய்யாக
வெய்ய கதிரோன் விளக்காக - செய்ய

சுடராழியான் அடிக்கே சூட்டினேன் சொல்மாலை
இடராழி நீங்குகவே என்று (2082)

'இரண்டாம் திருவந்தாதி'யில் பூதத்தாழ்வார் -

அன்பே தகளியா ஆர்வமே நெய்யாக
இன்புருகு சிந்தை இடுதிரியா - நன்புகழ்சேர்
ஞானச் சுடர்விளக் கேற்றினேன் நாரணற்கு
ஞானத் தமிழ்புரிந்த நான் (2182)

'மூன்றாம் திருவந்தாதி'யில் பேயாழ்வார்,

திருக்கண்டேன் பொன்மேனி கண்டேன் திகழும்
அருக்கன் அணிநிறமும் கண்டேன் - செருக்கிளரும்
பொன்னாழி கண்டேன் புரிசங்கம் கைக்கண்டேன்.
என்னாழி வண்ணன்பால் இன்று (2282)

இந்தக் கதையை apocryphal (ஆதாரமற்றது) என்று சொல்வார்கள். இருந்தும் வைணவ மரபுக்கும் முதலாழ்வார்களுக்கும் அறிமுக வாசலாக இந்தக் கதை இருக்கிறது. இதில் ஓர் ஆழமான கருத்து பொதிந்துள்ளது. மகாவிஷ்ணுவைத் தரிசிக்க இரண்டு வகை விளக்குகளை ஏற்ற வேண்டும்: தத்துவம், ஞானம்.

உலகத்தை அகலாக்கி, கடலை நெய்யாக வார்த்து கதிரவனைத் திரியாக்கி பிரம்மாண்டமான விளக்கேற்றிப் பார்க்கும் பொய்கையாரைப் பற்றி அதிகம் வாழ்க்கைக் குறிப்புகள் இல்லை.

ஐப்பசி மாதம் திருவோண நட்சத்திரத்தில் ஒரு தாமரைப் பொய்கையில் அவதரித்தார் என்று பரம்பரைக் கதைகள் சொல்கின்றன.

முதலாழ்வார்களின் திருவந்தாதிப் பாடல்களில், அமைப்பில் ஓர் ஒற்றுமை உள்ளது. நூறு நூறு வெண்பாக்களாகக் கருத்துச் சரடில் ஒரு தொடர்பு கொண்டு இருப்பதாகப் பாடியுள்ள இந்தப் பாடல்களின் நடை, உள்ளடக்கம் பற்றிய ஆராய்ச்சிகளுக்கு வாய்ப்புகள் பல இருக்கின்றன.

பொய்கையாரின் நூறு பாடல்களில் சில முக்கியமான பாடல்களைப் பார்க்கலாம்.

என்று கடல் கரைந்தது? எவ்வுலகம் நீரேற்றது?
ஒன்றும் உணரேன் நான் - அன்று அது

அடைத்து உடைத்துக் கண்படுத்த ஆழி இது நீ
படைத்திடந்து உண்டு உமிழ்ந்த பார் (2083)

பகவானே, நீ என்று கடலைக் கடைந்தாய்? எப்போது
இவ்வுலகத்தை நீரால் நிரப்பினாய்? இது ஒன்றும் எனக்குத்
தெரியாது. அன்றொரு நாள் கடலை அடைத்துப் பாலம்
அமைக்கிறாய், அதை உடைக்கிறாய், அதிலேயே படுத்துத்
தூங்குகிறாய். இந்த உலகத்தைப் படைக்கிறாய், பெயர்த்து
எடுக்கிறாய், அதை உண்கிறாய்.

பொய்கையாரின் முக்கியமான பாடல்களில் ஒன்று இது.
விசித்திரமான இச்செயல்கள் அனைத்தையும் செய்வது கடவுளே
என்பது இதன் உட்கருத்து.

பொய்கையாழ்வார் பகவானுக்கு ஒரு பயோடேட்டா தருகிறார்.

அரன் நாரணன் நாமம் ஆன்விடை புள்ளூர்தி
உரைநூல் மறை உறையும் கோயில் - வரைநீர்
கருமம் அழிப்பு அளிப்புக் கையது வேல் நேமி
உருவம் எரி கார் மேனி ஒன்று (2086)

அதாவது,

பெயர்: சிவன், நாராயணன்.
வாகனம்: எருது, கருடன்.
பெருமை சொல்லும் நூல்கள்: ஆகமம், வேதம்.
இருக்கும் இடம்: (கைலாய) மலை, (பாற்) கடல்.
தொழில்: அழித்தல், காத்தல்.
ஆயுதம்: வேல், சக்கரம்.
உருவம்: நெருப்பின் சிவப்பு, மேகத்தின் கருப்பு.
உடல்: ஒன்றே!

முதலாழ்வார்கள் வாழ்ந்த காலத்தில் சைவ வைணவப் பிணக்கு
கள் பண்டிதர்களிடம் அதிகமாக இருந்தன. இரண்டு தெய்வங்
களும் ஒன்றே என்று கூறும் முதல் குரல் பொய்கையாருடையது.
இந்தக் கருத்தைப் பொய்கையார் பல இடங்களில் வலியுறுத்து
கிறார்.

பொன் திகழும் மேனிப் புரிசடைஅம் புண்ணியனும்
நின்றுலகம் தாய நெடுமாலும் - என்றும்

இருவர் அங்கத்தால் திரிவரேனும் ஒருவன்
ஒருவன் அங்கத்து என்றும் உளன் (2179)

பொன்போன்ற மேனியும் பின்னிவிட்ட சடையும் கொண்ட சிவபெருமானும், நின்றுகொண்டே உலகை அளந்த நெடிய திருமாலும், இரண்டு உடல்களில் திரிவார்கள் என்றாலும், ஒருவரில் ஒருவர் என்றும் உளர்.

பரமசிவன் மட்டும் அல்ல, பிரமனும் இலக்குமியும் கூடச் சேர்கிறார்கள்.

கைய வலம்புரியும் நேமியும் கார்வண்ணத்து
ஐய மலர்மகள் நின் ஆகத்தாள் - செய்ய
மறையான் நின்னுந்தியான் மாமதிள் மூன்றெய்த
இறையான் நின்னாகத் திறை (2109)

கையில் சங்கு சக்கரம் மேகவர்ணம் கொண்ட உன் பக்கத்தில் இலக்குமி இருக்கிறாள். உன் உந்திக் கமலத்தில் பிரமன் இருக்கிறான். முப்புரம் எரித்த சிவபெருமானும் உன் உடலின் ஒரு பாகம்தான்.

இந்தக் கருத்து எல்லா ஆழ்வார்களிடமும் கிடைக்கும் என்று சொல்லமுடியாது. தொண்டரடிப்பொடி ஆழ்வார்,

மற்றுமோர் தெய்வமுண்டே? மதியிலா மானிடர்காள்
உற்றபோதன்றி நீங்கள் ஒருவன் என்று உணரமாட்டீர்
அற்றம்மேல் ஒன்றறியீர் அவனல்லால் தெய்வமில்லை (880)

என்று அழுத்தமாக திருமாலை மட்டும் தெய்வமாகச் சொல்கிறார். ஆனால் பொய்கையாழ்வார் உருவம், பேர்கூட முக்கியமில்லை என்கிறார்.

தமருகந்தது எவ்வுருவம் அவ்வுருவம் தானே
தமருகந்தது எப்பேர் மற்று அப்பேர் - தமகருந்து
எவ்வண்ணம் சிந்தித்து இமையா திருப்பரே
அவ்வண்ணம் ஆழியா னாம் (2125)

எந்த உருவத்தை விரும்புகிறோமோ அது அவன் உருவம். எந்தப் பெயரைக் கொடுக்கிறோமோ அது அவன் பெயர். எவ்விதமாகச் சிந்தித்து இடைவிடாமல் தியானம் செய்வீர்களோ அந்த விதமாகவே இருப்பான் சக்கரத்தான்.

அவரை எந்தவிதத்திலும் தொழலாம்.

அவரவர் தாம்தாம் அறிந்தவா ரேத்தி
இவர்இவர் எம்பெருமான் என்று - சுவர்மிசைச்
சார்த்தியும் வைத்தும் தொழுவர் உலகளந்த
மூர்த்தி உருவே முதல் (2095)

அவரவர் தாம் அறிந்த வகையில் தொழுது இவர்தான் எம் கடவுள் என்று சொல்லிச் சுவரில் சித்திரமாக வரைந்து சார்த்தியும் மூர்த்திகளாக வைத்தும் தொழுவார். ஆனால் இதற்கெல்லாம் ஆதிகாரணம் உலகையே அளந்த அந்தப் பகவானின் உருவமே.

அவனைப் புகழலாம். பழிக்கலாம். எல்லாம் ஒன்றுதான்.

புகழ்வாய் பழிப்பாய் நீ பூந்துழா யானை
இகழ்வாய் கருதுவாய் நெஞ்சே - திகழ்நீர்
கடலும் மலையும் இருவிசும்பும் காற்றும்
உடலும் உயிரும் ஏற்றான் (2154)

கடலும் மலையும் வானமும் காற்றும் உடலும் உயிரும் அவனாக இருக்கும்போது நீ அவனைப் புகழ்ந்தால் என்ன? பழித்தால் என்ன? இரண்டும் ஒன்றுதான் என்கிற கருத்து சிந்திக்கத்தக்கது. அதன் தொடர்ச்சியாக மற்றொரு இடத்தில் நம்மாழ்வாரின் பெரிய திருவந்தாதியில் இந்தக் கருத்து விரிவாக வருகிறது.

புகழ்வோம் பழிப்போம் புகழோம் பழியோம்
இகழ்வோம் மதிப்போம் மதியோம் இகழோம் மற்று
எங்கள்மால் செங்கண்மால் சீறல்நீ தீவினையோம்
எங்கள் மால்கண்டாய் இவை (2586)

நம்மாழ்வார் இந்தக் கருத்தை 'அவரவர் இறையவர் குறைவிலர், அவரவர் விதிவழி அடைய நின்றனரே' என்று உலகளவுக்கு விஸ்தரிக்கிறார். (திருவாய்மொழி 1-1-5)

நாங்கள் உம்மைப் புகழ்வோம், பழிப்போம், மதிப்போம், மதிக்க மாட்டோம், எங்கள்மேல் கோபிக்காதே என்று சொல்லும் பாடலை நம்மாழ்வாரைப் பற்றிச் சொல்லும்போது கவனிப் போம்.

பொய்கையாரின் பாடல்களை இவ்வாறு சொல்லிக்கொண்டே போகலாம். முக்கியமாக,

> பெயரும் கருங்கடலே நோக்குமாறு ஒண்பூ
> உயரும் கதிரவனே நோக்கும் - உயிரும்
> தருமனையே நோக்கும் ஒண் தாமரையாள் கேள்வன்
> ஒருவனையே நோக்கும் உணர்வு (2148)

> நதி கடலையே நோக்கும்; தாமரைப்பூ சூரியனை நோக்கும்; உயிர் எமனை நோக்கிச் செல்லும்; உணர்வு மட்டும் பகவானைச் சென்றடையும் என்னும்போது ஆத்மா என்பது அழிவில்லாதது. அதன் குறிக்கோள் பகவானைச் சென்றடைவது.

என்ற அடைப்படைக் கருத்து வெளிப்படுகிறது.

அவனைப் பற்றிச் செல்வதற்குச் சக்தி உள்ளபோதே ஏதேனும் ஒருவழியில் தொழலாம் என்கிறார்.

> சொல்லும் தனையும் தொழுமின் விழும் உடம்பு
> சொல்லும் தனையும் திருமாலை - நல்லிதழ்த்
> தாமத்தால் வேள்வியால் தந்திரத்தால் மந்திரத்தால்
> நாமத்தால் ஏத்திரேல் நன்று (2151)

> உடம்பு விழுந்துவிடும். சொல்லும் சக்தி இருக்கும்போதே திருமாலை வழிபடுங்கள். அழகிய மலர்கள் கொண்ட மாலையைப் போடுங்கள். யாகம் செய்யுங்கள். தந்திரங்கள் செய்யுங்கள். மந்திரங்கள் ஓதுங்கள். அல்லது பெயர்களைச் சொல்லுங்கள். எப்படி வணங்கினாலும் நல்லது.

என்கிறார்.

உடலின் அழிவும் அதனால் ஏற்படும் அவசரமும் ஆழ்வார் பாடல்களில் அடிக்கடி வரும் கருத்துகளில் ஒன்று. (அப்போதைக்கு இப்போதே சொல்லி வைத்தேன் அரங்கமா நகருளானே). பகவானை உணர்வார் யார் என வியக்கிறார்.

> உணர்வார் ஆர் உன் பெருமை ஊழிதோறு ஊழி?
> உணர்வார் ஆர் உன் உருவம் தன்னை? - உணர்வார் ஆர்
> விண்ணகத்தாய் மண்ணகத்தாய் வேங்கடத்தாய் நால்வேதப்
> பண்ணகத்தாய் நீ கிடந்த பால்? (2149)

உன் பெருமையை யார் முழுவதும் அறிவார்? உன் உருவத்தை யார் முழுதும் அறிவார்? விண்ணும் மண்ணும் நான்கு வேதங்களுமாகப் பாற்கடலில் நீ கிடந்ததை யார்தான் உணர்வார்கள்?

என்ற வியப்புடன் நாம் பொய்கையாழ்வாரிடம் விடை பெறுவோம், அவருடைய மிகச் சிறந்த வெண்பாவுடன்.

உளன் கண்டாய் நல்நெஞ்சே உத்தமன் என்றும்
உளன் கண்டாய் உள்ளுவார் உள்ளத்து - உளன் கண்டாய்
வெள்ளத்தின் உள்ளானும் வேங்கடத்து மேயானும்
உள்ளத்தின் உள்ளான் என்று ஓர் (2180)

பகவான் என்றும் உள்ளவன். அவனை நினைத்துப் பார்த்தால் போதும். பாற்கடலுக்கோ வேங்கடத்துக்கோ போக வேண்டிய தில்லை. உன் உள்ளத்திலேயே கோவில் கொண்டிருக்கிறான் என்று நெஞ்சே அறிந்துகொள்.

'முதல் திருவந்தாதி'யின் 99-வது பாடலின் கடைசிச் சொல்லான 'ஓர்' என்பதில், 'நினைத்துப்பார்' என்கிற அமுதத்தை தமிழில் நாம் இழந்துவிட்டோம். 'நினைப்பாயாக' என்று ஏவல் செய்யும் இந்த அற்புதமான ஓரசைச் சொல் அன்றாட மலையாளத்துக்குப் போய்விட்டது. (ஓர்மை - ஞாபகம்)

பொய்கையாருடைய நூறு வெண்பாக்கள் 'இயற்பா' பகுதியில் 'முதல் திருவந்தாதி'யாக உள்ளன.

3. பூதத்தாழ்வார்

முதலாழ்வார்கள் மூவரில் இரண்டாமவரான பூதத்தாழ்வாரைப் பற்றிச் சொல்வதற்குமுன் தமிழில் பக்தி இலக்கியங்களின் ஆரம்பங் களைப் பற்றியும் வைணவத்தைப் பற்றியும் கொஞ்சம் பேசலாம்.

'பரிபாடல்' என்னும் பிற்சங்க காலத்து (கிபி 7-ம் நூற்றாண்டின் முற்பகுதி) தொகை நூலில் எழுபது பாடல்கள் இருந்ததாகச் சொல்கிறார் கள். அவற்றில் 24 பாடல்கள் கிடைத்துள்ளன. மதுரையையும் அதன் சுற்றுப்புறங்களையும் பற்றிய பாட்டுக்கள். வைகை ஆறு, திருப்பரங் குன்றம், திருமாலிருஞ்சோலை போன்ற இடங் களைச் சார்ந்த பாடல்கள். இவற்றில் திருமாலைப் பற்றிய பாடல்கள் ஆறு முழுமை யாகவும் ஒரு பாடல் எடுத்துக்காட்டுகளில் பகுதியாகவும் கிடைத்துள்ளன.

இவற்றை இயற்றிய புலவர்கள் கீரந்தையார், கடுவன் இளவெயினியார், இளம்பெருவழுதி யார், நல்லெழினியார் போன்ற பெயர் கொண்டவர்கள்.

பரிபாடல் ராகம் போட்டுப் பாடுவதற்காக அமைக்கப்பட்டிருப் பவை. அவற்றுக்கு இசையமைத்தவர் பெயரும், பண்ணின் (ராகத்தின்) பெயரும், பாடியவர் பெயரும் குறிப்புகளில் உள்ளன. தமிழ் இசையில் நமக்குக் கிடைத்த முதல் உதாரணங் கள் இவை. ஆனால் பாலையாழ், பண்ணோதிறம் போன்ற ராகங்களை இந்தக் காலத்தில் எப்படிப் பாடுவது என்று யாராவது ஆராய்ச்சி செய்திருக்கிறார்களா? தெரியவில்லை.

பரிபாடல்கள் 25-லிருந்து - 400 அடிகள் இருக்கலாமாம் - திருமாலைப் பற்றிய பாடல்கள் பெரும்பாலும் மாயவன் என்று கண்ணனைப் பற்றியே உள்ளன. வராக, வாமன அவதாரங்களைக் குறிப்பிடு கின்றன. பலராமனைக் கண்ணனுக்குச் சமமாகக் கருதும் வரிகளை யும் பார்க்கிறோம். ராமாவதாரம் பற்றி ஏதும் இல்லை. பரிபாடல்தான் பக்தி இலக்கியத்தின் முன்னோடி என்பதில் ஐயம் இல்லை.

உதாரணமாக,

தீயுனுள் தெறல் நீ பூவினுள் நாற்றம் நீ
கல்லினுள் மணியும் நீ சொல்லினுள் வாய்மை நீ
அறத்தினுள் அன்பு நீ மறத்தினுள் மைந்து நீ
வேதத்து மறை நீ பூதத்து முதலும் நீ
வெஞ்சுடர் ஒளியும் நீ திங்களுள் அளியும் நீ
அனைத்தும் நீ அனைத்தின் உட்பொருளும் நீ...
பிறவாப் பிறப்பிலை பிறப்பித்தோர் இலையே.

இது சங்கப் பாடலாக இருந்தாலும் உங்களுக்கு ஓரளவுக்குப் புரியும்.

நீதான் நெருப்பின் சூடு, நீதான் பூவின் நறுமணம். நீ கற்களில் மாணிக்கம், சொற்களில் உண்மை. அறநெறிகளில் அன்பு, வீரத்தில் வலிமை. வேதங்களின் சாரம், பஞ்ச பூதங்களில் வானம். நீ சூரியனின் ஒளி, சந்திரனின் குளிர்ச்சி. இவை எல்லாம் நீ. இவற்றின் உட்பொருளும் நீ. உனக்குப் பிறப்பில்லை. உன்னைப் பெற்றவர் யாரும் இல்லை.

என்று சொல்லும் இந்தக் கருத்தின் எதிரொலியைப் பல இடங்களில் ஆழ்வார் பாடல்களில் பார்க்கலாம்.

எரிசுடரும் மால்வரையும் எண்திசையும் அண்டத்து
இருசுடரும் ஆய இறை (2319)

என்ற திருமழிசை ஆழ்வார் பாடல் வரிகளை நினைவு கொள்ளவும்.

'எல்லாம் பிரான் உருவே' என்பது ஆழ்வார் பாடல்களின் மையக் கருத்து.

வைணவம் என்பது விஷ்ணுவின் பரத்துவத்தைப் பற்றிப் பேசுவது.

பரத்துவம் என்றால் கடவுள் தன்மை. விஷ்ணு என்றால் எங்கும் வியாபித்திருப்பவன், பரவியிருப்பவன் என்று பொருள். விண் என்கிற தமிழ்ச் சொல்லிலிருந்து இது வந்திருக்கலாம் என்று கூறுபவர்கள் உண்டு.

விஷ்ணு என்கிற வார்த்தையை ஆழ்வார் பாடல்களில் பார்க்க முடியாது. பெரியாழ்வார் பெயரை விட்டுசித்தன் என்பர். ஆழ்வார்கள் காலத்தில் 'ஷ' எழுத்து கிடையாது.

இதன் முதல் பிரயோகம் தாயுமானவர் பாடலில்தான் வருகிறது. 'விஷ்ணு வடிவான ஞான குருவே.'

வைணவம் அதைக் கடைப்பிடிப்பவர்களின் அறிவு முதிர்ச்சிக்கு ஏற்ப மாறுபடும். திருமால் அதன் தெய்வம்.

பொய்கையாழ்வார், சிவனும் விஷ்ணுவும் ஒருவரே என்று சொன்னாலும், திருமாலைத்தவிர வேறு தெய்வங்களை வணங்க மாட்டேன் என்று திட்டவட்டமாக மற்றொரு பாடலில் சொல்லி யிருக்கிறார்.

நயவேன் பிறர்பொருளை நள்ளேன் கீழாரோடு
உயவேன் உயர்ந்தவரோடு அல்லால் - வியவேன்
திருமாலை யல்லது தெய்வமென் றேத்தேன்
வருமாறென் நம்மேல் வினை? (2145)

மற்றவர் பொருளுக்கு ஆசைப்படமாட்டேன். கீழானவர் களோடு நட்பு கொள்ளமாட்டேன். பெரியவர்களோடு மட்டும் பழகுவேன். திருமாலை மட்டும் வியப்பேன். இப்படி இருந்தால் எனக்கு எப்படித் தீமை வரும்?

என்று கேட்கிறார்.

ஆழ்வார்கள் திருமாலை மட்டும் தொழுவதில் ஒரு மனத் தவர்கள். பேயாழ்வார்,

அது நன்று இது தீது என்று ஐயப்படாதே
மது நின்ற தண் துழாய் மார்பன் - பொதுநின்ற
பொன்னங்கழலே தொழுமின் முழுவினைகள்
முன்னம் கழலும் முடிந்து (2369)

அது நல்லது இது தீயது என்று சந்தேகங்கள் வேண்டாம். எல்லோருக்கும் பொதுவான அவன் பொற்பாதங்களைத் தொழுதால் முன்வினைப் பாவங்கள் எல்லாம் கழன்று கொள்ளும்.

என்கிறார்.

இந்துக்கள் பரம்பொருளை (முழுமுதற் கடவுளை) மூன்று வடிவங்களாக, செயல்களாகப் பார்க்கிறார்கள். பரம்பொருள் பிரம்மனாகப் படைக்கிறது, விஷ்ணுவாகக் காக்கிறது, சிவனாக அழிக்கிறது என்று கொள்வார்கள்.

வைணவர்கள் தாங்கள் வழிபடும் விஷ்ணுவை மூன்று பேரில் ஒருவன் என்று ஒப்புக்கொள்ள மாட்டார்கள். மூன்று பேருக்கும் முதல்வனாகவே, பரம்பொருளாகவே, சொல்வர்.

மூவுருவும் கண்டபோது ஒன்றாம் சோதி
முகிலுருவம் எம்மடிகள் உருவம் தானே (2053)

என்று திருமங்கையாழ்வார் சொல்கிறார், 'மூன்று உருவங்களும் ஒன்று சேர்ந்த சோதி உருவம் எங்கள் திருமால்' என்கிறார். சென்ற அத்தியாயத்தில் குறிப்பிட்ட 'கைய வலம்புரியும் நேமியும்' என்ற பாடலும் இதைத்தான் சொல்கிறது.

இந்தப் பரம்பொருளை விஷ்ணுவாக வழிபடும்போது அதற்கு ஒரு மேலான வடிவம் இருப்பதாகச் சொல்கிறார்கள். அதை 'பரசொரூபம்' என்கிறார்கள். அவர் திருமகளோடு வைகுந்தத் தில் இருப்பதை 'திவ்யமங்கள சொரூபம்' என்று சொல் கிறார்கள்.

பூதத்தார் பாடலில்,

ஓர் உருவன் அல்லை ஒளி உருவம் நின்னுருவம்
ஓர் உருவன் என்பர் இருநிலத்தார் - ஓர் உருவம்
ஆதியாம் வண்ணம் அறிந்தார் அவர் கண்டீர்
நீதியால் மண்காப்பார் நின்று (2241)

நீ ஓர் உருவத்தான் மட்டும் இல்லை. ஒளி உருவமும் கொண்டவன். ஓரே உருவம்தான் உனக்கு என்று சொல்லும் மக்கள் எல்லாவற்றுக்கும் ஆதியான உன் உருவத்தை அறிவதுதான் நியதி.

என்கிறார்.

விஷ்ணு தேவர்களுக்குக் காட்சி தரும் சொரூபத்தை 'வியூக சொரூபம்' என்பர். 'வியூக' என்றால் 'வெளிப்பட்ட' என்று பொருள்.

பூமியில் வந்து அவதரித்து தீமையை அழிக்க ஏற்பட்ட சொரூபங் களை 'விபவ சொரூபம்' என்கிறார்கள். 'விபவ' என்றால் 'தோன்றிய'.

அவருக்கு 'அந்தர்யாமி' என்று சொல்கிற உள்ளுறை வடிவமும் உண்டு.

'உடல்மிசை உயிரெனக் கரந்து எங்கும் பரந்தனன்' என்கிறார் நம்மாழ்வார். 'உடலுள் உயிர்போல மறைந்து உலகெங்கும் பரவியவன்' என்று சொல்கிறார்.

இதன் பாதிப்பு,

ஈயறியாப் பசுந்தேனே எழுத்தறியா மறைப்பொருளே
காயறியாச் செழுங்கனியே கற்பகத்தின் பசுங்கொழுந்தே
தாயறியாக் கருவிலிருந்(து) அமுதூட்டும் தாய்த் துணையே
நீயறியாச் செயலுளதோ நிகில பரம்பர மூர்த்தி

என்ற திரிகூடராசப்பக் கவிராயர் பாடல்வரை உள்ளது. பரம்பொருள் எங்கும் விரவி, எல்லாம் தெரிந்திருக்கும் என்பது கருத்து.

விஷ்ணுவைச் சாதாரண மனிதர்கள் வழிபடுவதற்காக ஏற்பட்ட விக்கிரகங்களை 'அர்ச்சாவதார சொரூபம்' என்கிறார்கள். நிற்பது, உட்கார்ந்திருப்பது, படுத்திருப்பது போன்று பல கோயில்களில் தரிசனம் தரும் கோலங்களை அர்ச்சாவதாரத் திருக்கோலங்கள் என்று சொல்கிறார்கள்.

இவருக்குப் பல வடிவங்கள் உண்டு. வில், கேடயம், சங்கு, சக்கரம் என்று பல ஆயுதங்கள் உண்டு. வாகனம் கருடன். ஆனால் நம்மாழ்வரின் திருவிருத்தத்தில் அழுத்தமாக,

வணங்கும் துறைகள் பலபல
    ஆக்கி மதி விகற்பால்
பிணங்கும் சமயம் பலபல
    வாக்கி அவையவை தோறும்
அணங்கும் பலபலவாக்கி நின்
    மூர்த்தி பரப்பி வைத்தாய்
இணங்கும் நின்னோரை இல்லாய் நின்கண்
    வேட்கை எழுவிப்பனே (2573)

'வணங்கும் துறைகள் பல, சமயங்கள் பல, தெய்வங்கள் பல. இப்படி உன் மூர்த்தியைப் பரப்பியிருக்கிறாய். ஆனால், உனக்கு இணை வேறு யாரும் இல்லை. உன்மேல் வேட்கை கொண்டேன்' என்று தெளிவாக, முத்தாய்ப்பாகக் கூறியுள்ளார். அத்தனை சமயங்களும், அத்தனை வடிவங்களும், தெய்வங்களும் திருமாலே என்பது வைணவத்தின் ஆதாரக் கருத்து.

எனவே வைணவம், வணங்குவோரின் மனப்பக்குவத்துக்கு ஏற்பக் கடவுளை வெவ்வேறு அளவிலான abstraction-ல் பார்க்கிறது.

இனி பூதத்தாழ்வார்-

அன்பே தகளியா என்ற மென்மையான விளக்கு ஏற்றி இரண்டாம் திருவந்தாதியைத் தொடக்கி வைக்கும் பூதத்தாழ்வார் பகவானை நன்றாக உணர்ந்து அவர் பெயர்களைச் சொன்னால் வானத்தை ஆளும் அமரர்களாகலாம்; ஆனால் அதுவா பரிசு என்று கேட்கிறார்.

ஞானத்தால் நன்கு உணர்ந்து நாரணன்தன் நாமங்கள்
தானத்தால் மற்றவன்பேர் சாற்றினால் - வானத்து
அணிஅமரர் ஆக்குவிக்கும் அஃதன்றே நாங்கள்
பணியமரர் கோமான் பரிசு? (2183)

அந்தப் பரிசை நாங்கள் கேட்கிறோமா என்றால் இல்லை என்கிறார் ஆழ்வார். இறுதியில் வரும் ஒரு பாடலில்

மண்ணுலக ஆளேனே வானவர்க்கும் வானவனாய்
விண்ணுலகம் தன்னகத்தும் மேவேனே - நண்ணித்
திருமாலைச் செங்கண் நெடியானை எங்கள்
பெருமானைக் கைதொழுத பின் (2271)

எனக்குப் பூமியில் அரச பதவி கிடைத்தாலும், தேவர்களுக்குத் தேவனாக மேலோகப் பதவி கிடைத்தாலும் விரும்ப மாட்டேன். எங்கள் பெருமானை வணங்கினபின் அதெல்லாம் அவசியமில்லை.

என்கிறார்.

பூதத்தாழ்வாரின் புரட்சிகரமான வெண்பாவுடன் இந்த அத்தியாயத்தை நிறைவு செய்வோம்.

ஓத்தின் பொருள் முடிவும் இத்தனையே உத்தமன்பேர்
எத்தும் திறமறிமின் ஏழைகாள் - ஓத்ததனை
வல்லீரேல் நன்று அதனை மாட்டீரேல் மாதவன் பேர்
சொல்லுவதே ஓத்தின் சுருக்கு (2220)

ஓத்து என்பது வேதத்துக்கான தமிழ்ச் சொல்.

மறப்பினும் ஓத்துக் கொளலாகும் பார்ப்பான்
பிறப்பொழுக்கம் குன்றக் கெடும் (குறள்-134)

என்று திருவள்ளுவர் சொல்லியிருக்கிறார். வேதத்தை மறந் தாலும் பரவாயில்லை; பிராமணன் ஒழுக்கத்தை இழக்கக் கூடாது.

பூதத்தாழ்வார் இதற்கு ஒரு படி மேலே போகிறார். வேதமே வேண்டாம் என்கிறார்.

வேதத்தின் அர்த்தமும் முடிவும் இத்தனைதான். அது உத்தமனான திருமாலின் பெயரை ஏற்றமாகச் சொல்கிறது. ஏழைகளே, வேதத்தைப் படிக்க முடிந்தால் நல்லது. முடியா விட்டாலும் பரவாயில்லை, மாதவன் பேர் சொன்னால் போதும். அதுதான் வேதத்தின் சுருக்கம்!

ஏழாம் நூற்றாண்டில் எழுந்த இந்தக் குரலின் எதிரொலியை பிற்காலச் சித்தர்களில், சிவவாக்கியரின் பாடலில் பார்க்கலாம்.

சாத்திரங்கள் ஓதுகின்ற சட்டநாத பட்டரே,
வேர்த்திரைப்பு வந்தபோது வேதம் வந்து உதவுமோ?

ஏன்? பாரதி, நம் நவீன கவிஞர்கள்வரை காணலாம்.

4. பேயாழ்வார்

ஆழ்வார்கள் பாடல்களைத் தொகுத்தவர் நாதமுனிகள்.

முதலாழ்வார்களான பொய்கையார், பூதத்தார், பேயார் மூவரும் மூன்று திருவந்தாதிகள் நூறு நூறாகப் பாடியிருக்கிறார்கள். இம்மூவரும் காலத்தால் முற்பட்டவர்கள் ஆனாலும், நாலாயிர திவ்வியப் பிரபந்தத்தில் மூன்றாவது ஆயிரமான இயற்பா என்ற தலைப்பில்தான் நாதமுனி இவர்கள் பாடல்களைச் சேர்த்திருக் கிறார். இயற்பா பெரும்பாலும் வெண்பாக்கள் கொண்டது. முதல் மூன்று திருவந்தாதிகள், திருமழிசை ஆழ்வாரின் 'நான்முகன் திரு வந்தாதி', நம்மாழ்வாரின் பெரிய திருவந்தாதி இவையெல்லாம் வெண்பாக்கள். நம்மாழ்வா ரின் திருவிருத்தம் 'கட்டளைக் கலித்துறை' என்னும் கடினமான வகையைச் சேர்ந்தது. அவரது திருவாசிரியம் ஆசிரியப்பா வகையில் அமைந்தது. அதுபோல திருமங்கை ஆழ்வா ரின் திருவெழுகூற்றிருக்கையும் ஆசிரியப்பா, அவருடைய பெரிய திருமடல், சிறிய திருமடல் இரண்டும் கலிவெண்பா வகையைச்

சார்ந்தவை. இயற்பா என்று வகைப்படுத்தித் தொகுத்தவர் நாதமுனிகள். இதற்குக் காரணம் இந்தப் பாடல்கள் பண் அமைத்துப் பாடுவதற்கில்லை. இயற்றமிழ் என்கிற வகையில் இவற்றில் சேர்க்கவேண்டும் என்பதாக இருக்கலாம். அங்கொன்றும் இங்கொன்றுமாக எடுத்துத் தொகுத்திருப்பதற்கு வேறு காரணம் சொல்ல இயலவில்லை.

முதலாழ்வார்களின் மூன்று திருவந்தாதிகளைத் தனித்தனியே கவனித்தாலும் இவர்கள் பாடல்களில் வேற்றுமை அதிகம் இல்லைதான். மூன்றிலும் தொனியிலும், நடையிலும், அமைப்பிலும் ஆச்சரியப்படத்தக்க ஒற்றுமைகள் இருக்கின்றன. கருத்துகளில் ஒற்றுமை, ஏன் சொல்லாட்சியிலும் சொல் தொடர்களிலும் ஒற்றுமைகள் உள்ளன. எனவே, முதல் மூன்று திருவந்தாதிகளை ஒரு நூலாகப் பார்ப்பதில் தவறில்லை என்று தோன்றுகிறது. பொய்கையாரின் ஒரு பாடலில்,

> வானாகித் தீயாய் மறிகடலாய் மாருதமாய்
> தேனாகிப் பாலாம் திருமாலே - ஆனாய்ச்சி
> வெண்ணெய் விழுங்க நிறையுமே முன்னொரு நாள்
> மண்ணை யுமிழ்ந்த வயிறு (2173)

> வான், தீ, கடல், காற்று, தேன், பால் எல்லாம் நீ. அவ்வளவென்ன? உலகத்தையே உண்டு உமிழ்ந்தவன் நீ. போயும் போயும் ஆய்ச்சியின் வெண்ணெயால் உன் வயிறு நிறையுமோ?

என்கிறார்.

உலகத்தை உண்டு உமிழ்தல், பிரளயம் (apocalypse), ஊழிதோறும் இந்தப் பூவுலகம் புதுப்பிக்கப்படுதல் போன்ற கருத்துகள் எல்லா மதங்களிலும் உள்ளன. ஆழ்வார்கள் பாடல்களில் அடிக்கடி வரும் கருத்து, பூமியை உண்டு உமிழ்தல். அதே போல் உலகத்தைத் தாவி அளந்த வாமன அவதாரமும் அடிக்கடி குறிப்பிடப்படுகிறது. இவற்றுக்கான படிமங்கள் இயற்பியலிலும் உள்ளன. பேயாழ்வாரும் பகவானின் வயிறு பற்றிப் பாடியுள்ளார்.

> மண்ணுண்டும் பேய்ச்சி முலையுண்டும் ஆற்றாதாய்
> வெண்ணெய் விழுங்க வெகுண்டு ஆய்ச்சி - கண்ணிக்
> கயிற்றினால் கட்டத்தான் கட்டுண் டிருந்தான்
> வயிற்றினோ(டு) ஆற்றா மகன் (2372)

'வயிற்றினோடு ஆற்றா மகன்' என்கிற உருவகம் அற்புதமானது. எத்தனை சாப்பிட்டாலும் மறுபடி இன்னமும் ஏதாவது சாப்பிடக் கொடேன் என்று ஏங்குவது வயிறு. வயிறுதான் நம் வாழ்வின் இயக்கங்களின் காரணம். அதற்குத்தான் சம்பாதிக்கிறோம், சண்டை போடுகிறோம்.

'உதர நிமித்தம் பகுக்ருத வேஷம்' என்று சங்கரர் பஜகோவிந்தத் தில் சொல்லும்போது வயிற்றுக்காகப் பலவிதமான வேஷங்கள் போடுவதுதான் வாழ்க்கை என்கிறார். 'வயிற்றுப் பிழைப்பு', 'வயிற்றில் பிறந்தவன்' போன்ற சொல்லாக்கங்களில் வயிறு வாழ்வுக்கும் பிறப்புக்கும் குறியீடாக உள்ளது. பகவானின் வயிறு பிரபஞ்சத்தையே சாப்பிடக்கூடிய அளவுக்குப் பெரியது. பிரபஞ்சத்தைப் பிறப்பிக்கக் கூடியது. ஆகவே, ஆழ்வார் இந்தப் பாடலில் சொல்வது பகவானின் பெரிய வயிற்றைப் பற்றி. உலகங்களையெல்லாம் எடுத்து உண்டான்; அதிலும் திருப்திப் படாமல் ஆய்ச்சியின் வெண்ணெயையும் உண்டு அவளால் கயிற்றினால் கட்டப்படுகிறான்; இந்த வயிறை வைத்துக் கொண்டு இவன் படுகிற பாடு! என்று வியக்கிறார். 'வயிறா, வண்ணான் சாலா' என்று சொல்லும் வழக்கத்தின் ஆரம்பங்களை இந்தப் பாடலில் காணலாம்.

இந்த இடத்தில் முலை என்ற வார்த்தை பற்றிக் கொஞ்சம் பேசலாம். ஆழ்வார் பாடல்களில் சரளமாகப் பழகுவது இந்தக் காலத்தில் சற்று விகற்பமாகப்படும். ஆழ்வார் பாடல்களில், ஏன், சங்கப்பாடல்களில்கூடப் பயன்படும்போது அவற்றை அந்தக் காலகட்டத்தின் கோணத்திலிருந்துதான் பார்க்கவேண்டும். அந்தக் காலத்தில் இந்தச் சொல்லுக்கு விரசமற்ற அர்த்தம் இருந்திருக்கிறது. கை, கால் போல மற்றொரு உடலுறுப்பாகக் கருதப்பட்டு வந்திருக்கிறது. அதை மூடி மறைத்து, அதைப் பற்றி அதிகம் வெட்கப்படுவதெல்லாம் பிற்கால வழக்குகள். முலை போல, கொங்கை என்று சொல்லும் ஆழ்வார் பாடல்களில் வரும். 'கொத்தலர் பூங்குழல் நப்பின்னைக் கொங்கைமேல் வைத்துக் கிடந்த மலர்மார்பா' என்ற ஆண்டாளின் வரிகளை ஆபாசமான வரிகள் என்று சொல்வது தவறானது. வார்த்தை களுக்கான அர்த்தங்கள் காலத்துக்கேற்ப மாறுவது எல்லா மொழி களிலும் உண்டு. உதாரணமாக, 'நாற்றம்' என்பது புறநானூற்றுக் காலத்தில் மணம் என்றுதான் அர்த்தம் கொண்டிருந்தது. வாசனை அறியும் புலனறிவுக்குப் பயன்பட்டது. இப்போது துர்நாற்றத்துக்கு

மட்டும் அது பயன்படுகிறது. அதுபோலத்தான் கொங்கை என்ற சொல் அந்த நாட்களில் மற்றொரு உறுப்பாகத்தான் பழகி வந்தது. இதை ஆபாசமானது என்று சொல்வது கால வழு. அனக்ரானிசம்.

பேயாழ்வாரின் சில வருணனைகளில் நல்ல கவிதைத் திறனையும் கற்பனைத்திறனையும் காண முடியும்.

சைவ வைணவ சமய நல்லிணக்கத்திலும் முதலாழ்வார்களிடம் கருத்து ஒற்றுமை இருக்கிறது.

முதலாவார் மூவரே அம்மூவருள்ளும்
முதலாவான் மூரிநீர் வண்ணன் (2096)

என்று பொய்கையார் யார் சீனியர் என்பதைத் தெளிவாகச் சொன்னாலும்,

ஏற்றான் புள்ளூர்ந்தான் எயிலெரித்தான் மார்விடந்தான்
நீற்றான் நிழல்மணி வண்ணத்தான் - கூற்றொருபால்
மங்கையான் பூமகளான் வார்சடையான் நீள்முடியான்
கங்கையான் நீள்கழலான் காப்பு (2155)

முப்புரம் எரித்த, அர்த்தநாரி உருவ, சடாமுடி கொண்ட,
கங்கையை ஏற்ற சிவனும், கருடவாகனனும், இரணியன்
மார்பைப் பிளந்தவனும், நிழல் வண்ணத்தவனும்
இலக்குமியை மார்பில் கொண்டவனும்

என இருவரையும் மாற்றி மாற்றிச் சொல்லும் பாட்டு இது.

சென்ற அத்தியாயத்தில் 'பொன்திகழு மேனிப் புரிசடையும்' என்ற பொய்கையாழ்வார் பாடலைப் பார்த்தோம். ஏறக்குறைய அதே கருத்தில் பேயாழ்வார்

தாழ்சடையும் நீண்முடியும் ஒண்மழுவும் சக்கரமும்
சூழரவும் பொன்னாணும் தோன்றுமால் - சூழும்
திரண்டருவி பாயும் திருமலைமேல் எந்தைக்கு
இரண்டு உருவும் ஒன்றாய் இசைந்து (2344)

தாழ்ந்த சடையும், நீண்ட முடியும், மழுவும், சக்கரமும்,
பாம்பும், பொன்னாணும் திருமலையில் காட்சி தரும்
எந்தையின் இரண்டு உருவங்களின் அம்சங்கள்

என்ற இந்தப் பேயாழ்வார் பாடல் திருப்பதியின் பிரபலத்துக்கு முக்கிய காரணம்.

பேயாழ்வாரின் சிஷ்யரான திருமழிசையாழ்வார், சிவன் மட்டும் அல்ல, நிலம், நீர், தீ, காற்று இவை அனைத்திலும் உள்ளும் புறமும் நீக்கமற எங்கும் நிறைந்து பரம்பொருள் இருப்பதாகச் சொல்வது இராமானுஜரின் விசிஷ்டாத்வைதத்தின் முக்கியக் கருத்து. அதன் ஊற்றை ஆழ்வார்களின் அருளிச் செயல்களில் காணலாம்.

அறியார் சமணர் அயர்த்தார் பவுத்தர்
சிறியார் சிவப்பட்டார் செப்பில், வெறியாய
மாயவனை மாலவனை மாதவனை ஏத்தாதார்
ஈனவரே ஆதலால் இன்று (2387)

என்று 'நான்முகன் திருவந்தாதி'யில் திருமழிசை ஆழ்வார் பாடி யுள்ளார். எனவே, ஏறக்குறைய முதலாழ்வார்கள் காலகட்டத்தி லேயே போக்கு மாறிவிட்டதற்குக் காரணம், முக்கிய பௌத்த சமண மதங்கள் அந்தக் காலப் பல்லவ அரசர்களிடம் செல்வாக்கு பெற்றுப் போட்டியிட்டதுதான்.

மகா விஷ்ணுவைப் பேசுபவர்கள், எந்த அளவுக்குப் பேசினாலும் அந்த அளவுக்கு அவன் பெருமை என்னும் கருத்து வசீகரமானது. நம்மாழ்வார், 'உளன் எனில் உளன், உளன் அலன் எனில் அலன்' என்று சொல்லும்போதும், 'அவரவர் தமதம அறிவு அறிவகை' என்னும் போதும் இந்தக் கருத்து விரிவடைகிறது.

'பேசுவார் எவ்வளவு பேசுவார் அவ்வளவே வாச மலர்த்துழாய் மார்வன்' என்கிறார் பேயாழ்வார். அவனுக்கு உவமை இல்லை என்று சொல்லாமல், அவனுக்கு உவமை அவன் மட்டும்தான் என்கிறார்.

தானே தமக்குவமன் தன்னுருவே எவ்வுருவும்
தானே தவவுருவும் தாரகையும் – தானே
எரிசுடரும் மால்வரையும் எண்திசையும் அண்டத்து
இருசுடரு மாய இறை (2319)

இந்தப் பாடலின் இறுதி இரு வரிகள் 'நான்முகன் திருவந்தாதி' யில் 'நீயே உலகெலாம்' என்று தொடங்கும் பாடலின் இறுதி

வரிகளுடன் அப்படியே ஒத்துப்போவதைக் காணலாம். ஆழ்வார்கள் தமக்கு முன்னர் ஆக்கப்பட்ட இலக்கியங் களிலிருந்து வரிகளைப் பயன்படுத்தத் தயங்கவில்லை.

பேயாழ்வார் தான் சென்ற வைணவத் தலங்களின் பெயர்களைக் குறிப்பிடுகிறார்:

விண்ணகரம் வெஃகா விரிதிரைநீர் வேங்கடம்
மண்ணகரம் மாமாட வேளுக்கை - மண்ணகத்த
தென்குடந்தை தேன்ஆர் திருவரங்கம் தென்கோட்டி
தன் குடங்கை நீரேற்றான் தாழ்வு (2343)

இதில் 'விண்ணகரம்' என்பது சோழநாட்டில் உள்ள ஒப்பிலி யப்பன் கோயில் என்று சொல்கிறார்கள். பொய்கை ஆழ்வாரும், 'வேங்கடமும் விண்ணகரும் வெஃகாவும்' என்று ஒரு பாடலில் குறிப்பிட்டிருக்கிறார்.

விண்ணகரம் தொண்டை நாட்டில் காஞ்சியில் உள்ள பரமேச்சுர விண்ணகரமாகவும் இருக்கலாம் என்பர் சிலர்.

சோழ நாட்டில் ஐந்து விண்ணகரங்கள் (விஷ்ணுவின் கிரகங்கள்) உள்ளன.

நந்திபுர விண்ணகரம் (நாதன் கோயில்), வைகுந்த விண்ணகரம், அரிமேய விண்ணகரம், காழிச்சீராம விண்ணகரம் (சீர்காழி), திருவிண்ணகரம் (ஒப்பிலியப்பன் கோயில்).

வெஃகா என்பது காஞ்சிபுரத்தில் உள்ள 'சொன்னவண்ணம் செய்யும் பெருமான்' கோயில். வேளுக்கை என்பது காஞ்சி யிலேயே உள்ள முகுந்தநாயகர் கோயில். வேங்கடம், திருப்பதி, திருவரங்கம் (என் ஊரான ஸ்ரீரங்கம்), தென்கோட்டி என்பது பாண்டி நாட்டில் உள்ள திருக்கோஷ்டியூர். குடங்கை என்று கடைசி வரியில் வருவது உள்ளங்கையில் நீர் ஏற்ற வாமன அவதாரக் குறிப்பு.

பேயாழ்வார் மற்றொரு பாட்டில் திருவல்லிக்கேணியையும் குறிப்பிட்டிருக்கிறார்.

வந்துதைத்த வெண்டிரைகள் செம்பவள வெண்முத்தம்
அந்தி விளக்கும் அணிவிளக்காம் - எந்தை

ஒருவல்லித் தாமரையாள் ஒன்றியசீர் மார்வன்
திருவல்லிக் கேணியான் சென்று (2297)

கடற்கரையில் வெள்ளை அலைகள் வந்து உதைத்த சிவப்பான
பவளம், வெண்மையான முத்துகள், அந்தி நேரத்தில்
அழகான விளக்குகள்

என்று அவர் வருணிக்கும் திருவல்லிக்கேணியில் இன்று கடற்
கரையில் பேல்பூரி விற்கப்படுவதைப் பார்க்கையில் கொஞ்சம்
சோகமாகத்தான் இருக்கும். அதேபோல் ஆழ்வார் குறிப்
பிட்டிருக்கும் வெஃகா, வேளுக்கை போன்ற இடங்களைக் காஞ்சி
புரத்தில் சல்லடை போட்டுத் தேடிப் பார்க்க வேண்டியிருக்கிறது.

ஏழாம் நூற்றாண்டிலிருந்து இந்தக் கோயில்கள் இருக்கின்றன
என்பதில், நம் பாரம்பரியத்தில் யாரும் பெருமைப்படுவதாக
இல்லை. அமெரிக்காவில் நூறு வருஷம் பழசு என்றாலே
கொண்டாடிப் பெரிய சுற்றுலா ஸ்தலம் ஆக்கிவிடுவார்கள்.
காஞ்சியிலேயே ஆயிரம் வருஷத்துக்கு மேல் பழமையான
கோயில்கள் ஒன்பது உள்ளன. நாம் அவற்றின் சுவர்களில் அரசியல்
எழுதுகிறோம்.

பேயாழ்வாரின் சன்னதி மயிலாப்பூரில் இருக்கிறது.

நிறம் வெளிது செய்து பசிது கரிதென்று
இறையுருவம் யாமறியோம் எண்ணில் - நிறைவுடைய
நாமங்கை தானும் நலம்புகழ வல்லளே
பூமங்கை கேள்வன் பொலிவு? (2337)

அவன் நிறம் வெள்ளையா, சிவப்பா, பச்சையா, கறுப்பா
என்றெல்லாம் எங்களால் எண்ணிப்பார்க்க முடியாது.
இலக்குமி கணவனின் பொலிவை சரசுவதியால்கூட வருணிக்க
முடியாது!

முதலாழ்வார்களின் மூன்று திருவந்தாதிகளும் வெண்பா
யாப்பில் உள்ளதையும் (வெண்பா என்பது பழமையான வழக்கு),
மற்ற ஆழ்வார்கள்போல விருத்த வகைகள் கலக்காததாலும்,
பௌத்த சமண மதங்களைப் பற்றிய செய்திகளோ தாக்குதல்
களோ எதுவும் இல்லாததாலும், இவர்கள் நம்மாழ்வார் போன்ற
ஆழ்வார்களின் காலத்துக்கு இரு நூற்றாண்டு முற்பட்டவர்களாக
இருக்கலாம் என்று ஆராய்ச்சியாளர்கள் சொல்கிறார்கள்.

ஆனால், பேயனார் என்கிற சங்ககாலப் புலவரும் பேயாழ்வாரும் ஒன்று என்று கருதுவதற்கு இடமில்லை. பாடல்களின் அமைப்பிலும் பொருளிலும் வேறுபாடு மிக அதிகம்.

ஆறாம் நூற்றாண்டோ, ஏழாம் நூற்றாண்டோ முதலாழ்வார்களின் மூன்று திருவந்தாதிகளும் பிரபந்தத்தில் ரத்தினங்கள்.

5. திருமழிசை ஆழ்வார்

திருமழிசை ஆழ்வார் முதலாழ்வார்களுக்குச் சம காலத்தவர். தொண்டை நாட்டில் உள்ள திருமழிசை என்ற தலத்தில் பகவானை ஆராதித்துவந்த பார்க்கவி முனிவருக்குப் பிறந்த பின்னர் புறக்கணிக்கப்பட்டு, திருவாளர் என்பவரால் எடுத்து வளர்க்கப் பட்டவர் என்பது அவர் பிறப்பைப் பற்றிக் கிடைக்கும் குறிப்புகள். அவரே திருச்சந்த விருத்தத்தில் தன்னைப் பற்றிச் சொல்லிக் கொள்கிறார்.

குலங்களாய ஈரிரண்டில்
          ஒன்றிலும் பிறந்திலேன்
நலங்களாய நற்கலைகள்
          நாவிலும் நவின்றிலேன் (841)

என்கிறார்.

திருமழிசை ஆழ்வார் தவநெறி மேற்கொண்டு சமணம், பௌத்தம், சைவம் போன்ற எல்லாச் சமயங்களையும் ஆராய்ந்து, திருமாலே தெய்வம் என்று அறிந்துகொண்டு பல காலம்

திருவல்லிக்கேணியில் வாசம் செய்திருக்கிறார். அப்போது முதலாழ்வார்கள் அவரை வந்து சந்தித்திருக்கிறார்கள்.

திருமழிசை ஆழ்வாரைப் பற்றிப் பல வசீகரமான கதைகள் உள்ளன. அவற்றில் எனக்குப் பிடித்த கதை இது. ஒரு முறை கச்சித் திருவெஃகாவில் இவர் இருந்தபோது தமக்குப் பணிவிடைகள் செய்துவந்த ஒரு கிழவியை என்ன மாயம் செய்தாரோ, சட்டென்று குமரியாக்கி விட்டாராம். இதனைக் கேள்விப்பட்ட அந்த நகரத்து அரசன் தன் கிழத்தனத்தையும் போக்குமாறு இவருடைய தொண்டரான கணிகண்ணர்மூலம் சொல்லி அனுப்ப, ஆழ்வார் வர மறுத்தாராம். அரசன் கோபம் கொண்டு இருவரையும் அந்த நகரத்தை விட்டு வெளியேறுமாறு உத்தரவிட்டான். திருமழிசை ஆழ்வார் திருவெஃகா கோயிலில் சயனக் கோலத்தில் இருந்த பெருமாளையும் 'எழுந்திரு போகலாம்' என்று சொல்ல, அதன்படியே அவரும் தன் பாம்பணைப் படுக்கையைச் சுருட்டிக்கொண்டு உடன் சென்று விட்டாராம். இதைப் பார்த்து மற்ற தேவதைகளும் உடன் சென்றுவிட, கோயில்கள் எல்லாம் காலியாகிவிட, அரசன் தன் தவறை உணர்ந்து ஆழ்வாரை அணுகி மன்னிப்பு கேட்டு, ஆழ்வார் திருமாலிடம், 'சரி, வாரும், திரும்பச் செல்லலாம்' என்று சொல்ல, அவரும் திரும்ப வந்து படுத்துக்கொண்டாராம்!

இந்தக் கதையின் ஆதாரம் திருமழிசை பாடியதாகச் சொல்லப் படும் இரண்டு தனிப்பாடல்கள்:

கணிகண்ணன் போகின்றான் காமரு பூங்கச்சி
மணிவண்ணா நீகிடக்க வேண்டா - துணிவுடைய
செந்நாப் புலவனும் செல்கின்றேன் நீயும் உன்றன்
பைந்நாகப் பாய்சுருட்டிக் கொள்

என்று முதல் பாட்டுக்குப் பெருமாள் எழுந்து செல்ல, சமாதானமானதும், அதைச் சற்றே மாற்றி,

கணிகண்ணன் போக்கொழிந்தான் காமரு பூங்கச்சி
மணிவண்ணா நீ கிடக்கவேண்டும் - துணிவுடைய
செந்நாப் புலவனும் செலவொழிந்தான் நீயுமுன்றன்
பைந்நாகப் பாய்படுத்துக் கொள்

என்று முடியுமாறு பாட, திரும்ப வந்துவிட்டாராம். பரம ஞானி யான ஆழ்வார் சொல்படி பகவானே எழுந்து வந்துவிடுவான்,

படுத்துக்கொள்வான் என்ற கருத்தை அழுத்தமாகச் சொல்வதற்கு ஏற்ற கதை இது. அந்தக் காலத்துப் புலவர்களின் கற்பனைத் திறனையும் வெண்பாத் திறனையும் காட்டுகிறது.

இனி, திருமழிசை ஆழ்வாரின் பாசுரங்களைப் பார்ப்போம். இவர் நான்முகன் திருவந்தாதி, திருச்சந்த விருத்தம் ஆகிய நூல்களை எழுதியுள்ளார். நான்முகன் திருவந்தாதி 96 வெண்பாக்களால் ஆனது. திருச்சந்தவிருத்தம் சந்தம் நிறைந்த 120 கலிவிருத்தப் பாடல்கள் கொண்டது.

ஆரம்பத்திலேயே யார் உயர்ந்தவர் என்பதைத் தெளிவாகச் சொல்லிவிடுகிறார்.

நான்முகனை நாராயணன் படைத்தான் நான்முகனும்
தான்முகமாய்ச் சங்கரனைத் தான்படைத்தான் - யான்முகமாய்
அந்தாதி மேலிட்டு அறிவித்தேன் ஆழ்பொருளைச்
சிந்தாமற் கொண்மினீர் தேர்ந்து (2382)

பிரமனை நாராயணன் படைத்தான். பிரமன் சிவனைப் படைத்தான். இதை நான் அந்தாதி வடிவத்தில் சொல்கிறேன். சிந்த விடாமல் மனத்தில் கொள்வீர்.

அடுத்த பாட்டில் இதை இன்னும் யோசித்துப் பார்க்கிறார் ஆழ்வார்.

தேருங்கால் தேவன் ஒருவனே என்று உரைப்பர்.
ஆரும் அறியார் அவன் பெருமை - ஓரும்
பொருள்முடிவும் இத்தனையே எத்தவம் செய்தார்க்கும்
அருள்முடிவது ஆழியான் பால் (2383)

யோசித்துப் பார்த்தால் சக்கரத்தைக் கையில் கொண்ட திருமால் ஒருவன்தான் தேவன். அவன் பெருமை யாரும் அறியார். என்ன தவம் செய்தாலும் அவன்பால் முடிவு பெறும்

என்கிறார். முதலாழ்வார்களிடம் இருந்த சகிப்புத்தன்மைக்கு நேர் எதிராகத் திருமழிசை ஆழ்வார் நிறைய சமயப் பிணக்குகளையும் வாதங்களையும் சந்தித்திருக்கிறார் என்று தெரிகிறது. திருமழிசையின் பல பாடல்கள் இதை வெளிப்படையாகக் காட்டும்:-

அறியார் சமணர் அயர்த்தார் பவுத்தர்
சிறியார் சிவப்பட்டார் செப்பின் - வெறியாய

மாயவனை மாலவனை மாதவனை ஏத்தாதார்
ஈனவரே யாதலால் இன்று (2387)

மற்ற சமயத்தவர்கள் இதுநாள் வரை இறைவனை அறியாமை யால் நீசரே ஆவார் என்று அழுத்தமாகக் கூறுகிறார்.

இதற்கு எதிராக அப்பரின் சில பாடல்களும், தேவாரப் பதிகங்கள் ஒன்பதாம் பாடல்களில் திருமாலைத் தாழ்மையாகப் பேசுவதையே கொண்ட திருஞானசம்பந்தர் பாடல்களும் அந்தக் காலத்தின் சைவ வைணவ முரண்பாடுகளைத் தெரிவிக்கின்றன. நல்ல தமிழில் அவர்கள் ஒருவரை ஒருவர் தாழ்த்திச் சொன்னார் கள், உதாரணமாக...

நூறுகோடி பிரமர்கள் நுந்தினர்
ஆறுகோடி நாராயணர் அங்ஙனே
ஏறுகங்கை மணலெண் இந்திரர்
ஆறிலாத ஈசன் ஒருவனே

பிரம்மாக்கள் நூறு கோடி, நாராயணர்கள் ஆறு கோடி, கங்கை மணலின் எண்ணிக்கையைவிட அதிகமான தேவர்கள், ஆனால், சிவன் ஒருவனே!

பல்லவ மன்னர்கள் அவ்வப்போது மனம் மாறி, சைவத்தையும் வைணவத்தையும் மாற்றி மாற்றி ஆதரித்து வந்த காலகட்டத்தில் இம்மாதிரியான வாதப் பிரதிவாதங்களுக்குத் தேவை ஏற்பட்டதில் ஆச்சரியம் இல்லை.

பிணக்குகளுக்கெல்லாம் அப்பாற்பட்ட சில அற்புதமான பாடல்களைத் திருமழிசை ஆழ்வார் இயற்றியிருக்கிறார். பிரபந்தத்திலேயே மிகச் சிறந்த வெண்பாவாக நான் கருதும் இந்தப் பாடலைப் பாருங்கள்.

இன்றாக நாளையே ஆக இனிச்சிறிதும்
நின்றாக நின்அருள்என் பாலதே - நன்றாக
நான்உன்னை யன்றி இலேன்கண்டாய் நாரணனே
நீஎன்னை அன்றி இலை (2388)

நாராயணனே, எனக்கு இன்று கிடைக்கட்டும், நாளை கிடைக்கட்டும், கொஞ்ச காலமாகட்டும். பரவாயில்லை. உன் அருள் என்னுடையதே. காரணம் நீயில்லாமல் நானில்லை. நானில்லாமலும் நீயில்லை!

இந்த நான் உனக்கு சேஷபூதன் (அடிமை), நீ என் சேஷி (இறைவன்) என்ற ஒருவரை ஒருவர் விடவொணாத உறவு வைணவத்தின் அடிப்படைக் கருத்துகளில் ஒன்று.

நாராயணனை எல்லாப் புலன்களாலும் துதிக்கவேண்டும் என்கிறார்.

> வாழ்த்துக வாய், காண்க கண், கேட்க செவி, மகுடம்
> தாழ்த்தி வணங்குமின்கள் தண்மலரால் - சூழ்த்த
> துழாய் மன்னு நீண்முடிஎன் தொல்லைமால் தன்னை
> வழாவண்கை கூப்பி மதித்து (2392)

> ஒரு பொழுதும் விடாமல் கை கூப்பிக்கொண்டு, வாயால் வாழ்த்தி, கண்ணால் கண்டு, செவியால் கேட்டு, தலையைத் தாழ்த்தி, துளசி அணிந்த நீண்ட முடியுள்ள திருமாலை மலரால் அர்ச்சியுங்கள்

என்கிறார்.

மோட்சத்துக்கு வழி எது என்று அறியாமல் உடல் வருத்திக் கொள்வதில் அர்த்தமில்லை என்கிறார்.

> வீடாக்கும் பெற்றி அறியாது மெய்வருத்திக்
> கூடாக்கி நின்றுண்டு கொன்றுழல்வீர் - வீடாக்கும்
> மெய்ப்பொருள்தான் வேத முதற்பொருள்தான் விண்ணவர்க்கு
> நற்பொருள்தான் நாராயணன் (2393)

'பெற்றி' என்றால் மார்க்கம், வகை. மோட்சத்தை அடைய உடல் வருத்தம் தேவையில்லை. தவம் செய்யத் தேவையில்லை. நாராயணனே மெய்ப்பொருள் என்று உணர்ந்தால் போதும். 'நாராயணன் என்னை ஆளி நரகத்துச் சேராமல் காக்கும் திருமால்' என்கிறார்.

திருக்குறளின் வரிகள் சிலவற்றை ஆழ்வார்கள் நேரடியாக எடுத்தாண்டிருக்கிறார்கள்.

> வித்தும் இடல்வேண்டும் கொல்லோ விருந்தோம்பி
> மிச்சில் மிசைவான் புலம் (குறள் - 85)

'விருந்தினர்களுக்கு அளித்து மிச்சத்தை உண்பவன் நிலத்திற்கு விதை விதைக்க வேண்டுமா என்ன?' என்கிற திருக்குறளை

வேறு சூழ்நிலையில் பயன்படுத்துகிறார் திருமழிசை ஆழ்வார். பகவான் நமக்கு உழுகிறான். நாம் எதற்கு விதைக்கவேண்டும்?

வித்துமிடல் வேண்டும் கொல்லோ விடையடர்த்த
பத்தி யுழவன் பழம்புனத்து - மொய்த்தெழுந்த
கார்மேக மன்ன கருமால் திருமேனி
நீர்வானம் காட்டும் நிகழ்ந்து (2404)

இந்தப் பாடலில் பல படிமங்கள் உள்ளன. பகவானை 'பக்தி உழவன்' என்கிறார். உலக வாழ்க்கையைப் பழம்புனம் (பழைய நிலம்) என்கிறார். உடனே விண்ணுக்குச் சாடுகிறார். அவனைக் காணவேண்டும் எனில், மேலே பார்த்தால் போதும். கரிய மேகமும் நீலவானமும் அவனை நினைவுபடுத்தும் என்கிறார். 'விடையடர்த்த' என்பது கண்ணபிரான் நப்பின்னையை அடைவதற்காக வலிமை வாய்ந்த காளைகளைக் குலைத்த செய்தியைக் கூறுகிறது.

வானுலவு தீவளி மாகடல் மாபொருப்பு
தானுலவு வெங்கதிரும் தண்மதியும் - மேனிலவு
கொண்டல் பெயரும் திசையெட்டும் சூழ்ச்சியும்
அண்டம் திருமால் அகைப்பு (2418)

வானம், நெருப்பு, காற்று, கடல், மலைகள், சூரியன், சந்திரன், மேகங்கள், எட்டுத் திசைகள் இவையெல்லாம் திருமாலின் சிருஷ்டி என்கிறார். 'அகைப்பு' என்கிற வார்த்தை நாம் இழந்துவிட்ட பல அரிய தமிழ்ச் சொற்களில் ஒன்று. எழுச்சி, பிரயத்தனத்தால் உண்டானது, படைப்பு, சிருஷ்டி, மதிப்பு, இடைவிட்டுச் செல்லுதல் போன்ற பல அர்த்தங்கள் கொண்டது. அழகான தமிழ்ச் சொற்கள் பிரபந்தத்தில் பல உள்ளன. அவற்றுக்கு நாம் புத்துயிர் கொடுக்கவேண்டும்.

சூழ்ச்சி என்பது இப்போது 'சதி' என்ற அர்த்தத்தில் மட்டும் பயன்படுகிறது. ஆழ்வார் 'சூழ்ந்தது' என்கிற பொருள்படப் பயன்படுத்துகிறார். அதில் ஏதும் சூழ்ச்சியில்லை. திருமழிசை ஆழ்வார் திருவேங்கடத்தை நிறையப் பாடியிருக்கிறார்.

காண லுறுகின்றேன் கல்லருவி முத்துதிர
ஓண விழவில் ஒலியதிர, பேணி
வரு வேங்கடவா என்னுள்ளம் புகுந்தாய்
திருவேங்கட மதனைச் சென்று (2422)

அருவிகளிலிருந்து முத்து உதிர, ஓணத் திருவிழாவில் மந்திரங்கள் ஒலிக்க, வேங்கடத்து இறைவன் என் உள்ளத்தில் புகுந்துவிட்டான். நான் அவனைக் காண விரும்புகிறேன்.

இதுபோன்ற பாடல்கள் பல உள்ளன. திருமழிசை ஆழ்வார் இறுதியில் விரும்புவது சொர்க்கம் அல்ல, வைகுந்தம். வைகுந்தத்தை அடைவதைப் பற்றி ஆழ்வாரின் சிறந்த பாடல் ஒன்று உள்ளது.

ஏன்றேன் அடிமை இழிந்தேன் பிறப்பிடுப்பை
ஆன்றேன் அமரர்க்கு அமராமை - ஆன்றேன்
கடன்நாடும் மண்ணாடும் கைவிட்டு மேலை
இடநாடு காண இனி (2476)

வைகுந்தம் அடைய அவனுக்கு அடிமை ஆனேன். பிறப்பு என்னும் தொல்லையிலிருந்து மீண்டேன். தேவர்களுக்கும் கூடக் கிடைக்காத பக்தியால் நிரம்பிக்கொண்டேன். கருமத்தாலும் கட்டாயத்தாலும் இருக்கவேண்டிய பூமியைக் கைவிட்டு மேலே அவனருகில் வசிக்கும் வைகுந்தத்தை அடைந்துவிட்டேன்.

வைகுந்தம் என்பது திருமாலின் அருகில் எப்போதும் வாசம் செய்வது. தேவலோகத்துக்கும் மேலே!

இறுதியில்,

இனியறிந்தேன் ஈசற்கும் நான்முகற்கும் தெய்வம்
இனியறிந்தேன் எம்பெருமான் உன்னை - இனியறிந்தேன்
காரணன் நீ கற்றவை நீ கற்பவை நீ நற்கிரிசை
நாரணன் நீ நன்கறிந்தேன் நான் (2477)

சிவனுக்கும் பிரமனுக்கும் தெய்வமான உன்னை அறிந்து கொண்டேன். நீதான் எல்லாவற்றுக்கும் காரணம். கற்றது எல்லாம் நீதான். கற்கப்போகும் பொருள்களும் நீதான். நீதான் நற்செயல்கள் உடைய நாராயணன். உன்னை நன்றாக அறிந்துகொண்டேன்

என்ற தெளிவுடன் நான்முகன் திருவந்தாதியை முடிக்கிறபோது நாமும் நாராயணனை அறிந்துகொள்கிறோம்.

திருமழிசை ஆழ்வாரின் 'திருச்சந்த விருத்தம்' பிரபந்தத்தில் தனிச்சிறப்புள்ள பகுதி. மொத்தம் 120 பாடல்களைக் கொண்டது.

சந்தக் கலிவிருத்தம் என்னும் யாப்பு வகையைச் சேர்ந்தது. (இதை எழுசீர்க் கழிநெடிலடி ஆசிரிய விருத்தம் என்று சில ஆராய்ச்சி யாளர்கள் வகைப்படுத்துகிறார்கள்.) திருச்சந்த விருத்தத்தின் ஓசை ஒரு தாள வாத்தியத்தைத் தட்டுவதுபோல, 'தானதான, தானதான, தானதான, தானனா' என்கிற ஓசை நயத்தோடு செல்லும்.

பதம் பிரித்துப் புரிந்துகொள்வதில் சில பாடல்களில் சிரமம் இருக்கும். விஷ்ணுவின் பரத்துவத்தைப் பற்றிய தத்துவக் கருத்துகளும் உள்ளர்த்தங்களும் கொண்ட முதல் ஐந்தாறு பாடல்களை விளக்கமின்றிப் புரிந்துகொள்ள இயலாது. பிரபந்தத்திலேயே மிகக் கடினமான சில பாடல்களாக அவை இருந்தும், அதைச் சவாலாக ஏற்றுக் கொஞ்சம் கஷ்டப்பட்டு உள்ளே சென்றால் அற்புதமான கருத்துகள் தென்படும். எல்லாப் பாடல்களும் கடினமானவை அல்ல.

உதாரணமாக திருமழிசைப் பிரானின் மிகப் பிரசித்தமான பாடலை முதலில் பார்க்கலாம். இது பதினோராவது பாட்டு:

> சொல்லினால் தொடர்ச்சிநீ சொலப்படும் பொருளும்நீ
> சொல்லினால் சொலப்படாது தோன்றுகின்ற சோதிநீ
> சொல்லினால் படைக்கநீ படைக்கவந்து தோன்றினார்
> சொல்லினால் சுருங்கநின் குணங்கள் சொல்ல வல்லரே? (762)

'சொல்' என்று ஆழ்வார் சொல்வது வேதங்களை.

> வேதங்களின் தொடர்ச்சி நீயே. வேதங்கள் சொல்லும் பொருளும் நீதான். வேதத்தாலே அளவிட்டு அறியப்படாமல் வெளிப்படும் பரஞ்சோதியும் நீதான். நீ கொடுத்த வேதத்தாலே படைப்பதற்குத் தோன்றிய பிரம்மனும் நீ. வெறும் சொற்களால் சுருக்கமாக உன் குணங்களைச் சொல்லிவிட முடியுமா?

இவ்வாறு சந்தத்தோடு எளிமையும் கொண்டுவரும் பாடல்கள் பிரமிப்பூட்டுகின்றன.

திருச்சந்த விருத்தத்தின் முதல் பாட்டே கொஞ்சம் தலை சுற்றும்.

> பூநிலாய வைந்துமாய் புனற்கணின்ற நான்குமாய்த்
> தீநிலாய மூன்றுமாய்ச் சிறந்த காலிரண்டுமாய்

மீநிலாய தொன்றுமாகி வேறுவேறு தன்மையாய்
நீநிலாய வண்ணம் நின்னம் யார்நினைக்க வல்லரே (752)

இது என்ன கீழ்க்கணக்கு? ஐந்து, நான்கு, மூன்று, இரண்டு, ஒன்று என்று? ஆழ்வார் சொல்வது, பிரபஞ்சத்தில் நாம் வெளிப்படை யாக உணரும் நிலம், நீர், தீ, காற்று, ஆகாயம் என்னும் இயற்கையின் குணங்களை.

> பூமிக்கு ஐந்து குணங்கள், நீருக்கு நான்கு குணங்கள், தீக்கு மூன்று குணங்கள், காற்றுக்கு இரண்டு குணங்கள், ஆகாயத்துக்கு ஒரு குணம் என்று நீ இருப்பதை யாரால் நினைத்துப் பார்க்க முடியும்

என்று வியப்படைகிறார்.

பூமிக்கு சப்தம், ஸ்பர்சம், ரூபம், ரஸம், கந்தம், அதாவது ஒலி, தொடுகை, உருவம், சாரம், மணம் என்று ஐந்து குணங்கள் உள்ளன.

நீருக்கு அவற்றில் நான்கு குணங்கள் மட்டும் உண்டு. ஒலி, தொடுகை, உருவம், சாரம். அதற்கு வாசனை கிடையாது.

நெருப்புக்கு சப்தம், தொடுகை, வடிவம் என்று மூன்று மட்டும் உண்டு. சாரம், மணம் இரண்டும் இல்லை.

காற்றுக்கு சப்தம், தொடுகை இரண்டும் உண்டு. உருவம், சாரம், மணம் இல்லை.

ஆகாயத்துக்கு சப்தம் மட்டுமே உண்டு.

இக்கருத்து பரிபாடலில் நல்லெழுதியார் என்பவர் இயற்றிய பதின்மூன்றாம் பாட்டில் அப்படியே இருக்கிறது.

> சுவைமை இசைமை தோற்றம் நாற்றம் ஊறு
> அவையும் நீயே அடுபோர் அண்ணால்
> அவையாவை கொள்ளும் கருவியும் நீயே

என்னும்போது சுவை, ஒலி (இசை), உருவம் (தோற்றம்), மணம் (நாற்றம்), தொடுகை (ஊறு) இவை எல்லாம் நீதான். அவை அனுபவிக்கும் புலன்களும் நீயே

என்கிறது.

பரிபாடலில் மேலும் விளக்கமாக ஒரு ரிவர்ஸ் கவுண்ட் டவுன் வருகிறது.

முந்தி யாம் கூறிய ஐந்தனுள்ளும்
ஒன்றனில் போற்றிய விசும்பும் நீயே,
இரண்டின் உணரும் வளியும் நீயே,
மூன்றின் உணரும் தீயும் நீயே,
நான்கின் உணரும் நீரும் நீயே,
ஐந்துடன் முற்றிய நிலனும் நீயே.
அதனால்
நின்மருங்கின்று மூவேழ் உலகமும்

ஆறாம் நூற்றாண்டில் வாழ்ந்த திருமழிசை ஆழ்வார் நிச்சயம் இந்தப் பரிபாடலைக் கேட்டு ரசித்திருக்க வேண்டும்.

பஞ்சபூதங்களுக்கு இவ்வகையில் குணங்களைச் சொல்லும் இந்தக் கருத்தை விஷ்ணு புராணத்திலும் காண முடிகிறது. விஷ்ணு புராணம் ஆழ்வார் காலத்துக்குப் பிற்பட்டது என்றுதான் சொல் கிறார்கள். அந்த வகையில், இந்தக் கருத்து சங்கப் பாடல் களிலிருந்து வடக்கே போயிருக்கவேண்டும் என்று தோன்றுகிறது.

திருமழிசை ஆழ்வார் தன் அடுத்த பாடலில் எண்களோடு விளையாடுகிறார். இந்தப் பாடலுக்கு விரிவான விளக்கம் தர விரும்புகிறேன்.

ஆறுமாறு மாறுமாய் ஓர் ஐந்தும் ஐந்தும் ஐந்துமாய்
ஏறு சீர் இரண்டும் மூன்றும் ஏழும் ஆறும் எட்டுமாய்
வேறு வேறு ஞானமாகி மெய்யினோடு பொய்யுமாய்
ஊறொடோசை ஆய ஐந்து மாய ஆய மாயனே (753)

பதம் பிரித்துப் போட்டிருக்கும் இப்பாட்டில் என்ன என்ன எண்ணிக்கை சொல்கிறார் பார்க்கலாம்.

மூன்று ஆறு சொல்கிறார். மூன்று ஐந்து. ஓர் இரண்டு, ஒரு மூன்று, ஓர் ஏழு, ஓர் எட்டு, மீண்டும் கடைசி வரியில் ஓர் ஐந்து. ஒரு வசீகரமான இந்த எண்ணிக்கைகள் எதைக் குறிப்பிடுகின்றன என்பதற்கு பெரியவாச்சான் பிள்ளை போன்றோரின் விளக்கங்களை அணுகவேண்டும்.

முதலில் ஆறு தொழில்களைச் சொல்கிறார். பதிற்றுப்பத்தின் மூன்றாம் பத்தில் இருபத்து நாலாம் பாடலில் 'ஓதல் வேட்டல்

அவை பிறர்ச் செய்தல் ஈதல் ஏற்றல்' (படிப்பது, கற்பது, படிக்க வைப்பது, கற்பிப்பது, கொடுப்பது, பெறுவது) என்று ஆறு காரியங்கள் சொல்லப்படுகின்றனவே, அவற்றைத்தான் ஆழ்வார் தன் முதல் ஆறாகச் சொல்கிறார்.

இரண்டாவது ஆறாக, இந்தக் காரியங்கள் செய்வதற்கான ஆறு பருவ காலங்களைச் சொல்கிறார். அவை கார், கூதிர், முன்பனி, பின்பனி, இளவேனில், முதுவேனில் என்று ஆவணி முதல் இரண்டு இரண்டு மாதங்களாகக் கணக்கிடப்படும் பருவங்கள். அந்தந்தக் காலத்தில் அந்தந்தக் காரியங்களைச் செய்யவேண்டும் என்கிற நியதியைக் குறிப்பிடுகிறார்.

மூன்றாவதாக ஆறு யாகங்களைக் குறிப்பிடுகிறார்: வேதம் ஓதல், ஓமம் வளர்த்தல், பலி கொடுத்தல், தர்ப்பணம் செய்தல், இரப்போர்க்கு அளித்தல் போன்றவற்றை. யாகங்கள் செய் பவர்கள் அனுஷ்டிக்கத்தக்க ஆக்னேயம், அக்னீஷோமியம் போன்ற ஆறு காரியங்கள் உள்ளன. அவைதான் ஆழ்வார் குறிப்பிடும் மூன்றாவது ஆறு.

இனி ஐந்துகளைப் பார்க்கலாம்.

முதல் ஐந்து, ஐந்து யக்ஞங்களாகும். தேவர்களுக்கு, முன்னோர் களுக்கு, இயற்கைக்கு, மனிதர்களுக்கு, பிரம்மாவுக்கு என்று ஐந்து யக்ஞங்களைச் சொல்கிறார்.

இரண்டாவது ஐந்து, உண்ணும்போது செய்யப்படும் ஐந்து ப்ராண ஆஹுதிகளைச் சொல்கிறார். மூன்றாவது ஐந்து, ஐந்து வகையான அக்கினி. இவற்றுக்கெல்லாம் உள்ளுறை வடிவமாக இருப்பவன் திருமால்தான். இவற்றையெல்லாம் கடைப் பிடிப்பதால் ஏற்படும் சிறப்புக்களான (ஏறு சீர்) அறிவும் வைராக்கியமும் ஆழ்வார் சொல்லும் இரண்டு. இதனால் ஏற்படும் பயன்கள் மூன்று: செல்வம், கைவல்யம் என்னும் மோட்சம், பகவத்ப்ராப்தி என்னும் வைகுந்தம்.

ஆழ்வார் சொல்லும் ஏழு. இவற்றால் உண்டாகக்கூடிய ஏழு மனநிலைகள். அவை விவேகம்; விருப்பமின்மை; தியானத்தின் பழக்கம்; கிரியைகள்; உண்மை, கருணை, கொடை, அகிம்சை போன்ற நல்ல குணங்கள்; மனத்துன்பமின்மை, அதிகமான சந்தோஷமின்மை. இவற்றைத்தான் ஏழு என்கிறார்.

அவர் குறிப்பிடும் எட்டு பலன்கள்: பாவமற்ற தன்மை, கிழத்தனம் அற்ற தன்மை, மரணமற்ற தன்மை, சோகமற்று இருப்பது, பசியற்று இருப்பது, தாகமற்று இருப்பது, வீண் போகாத இஷ்டம், வைராக்கியம்.

'மெய்யினேடு பொய்யுமாய்' என்ற சொற்றொடர் சிந்திக்கத் தக்கது. ஆழ்வார் பாடல்களில் இவ்வகையில் எதிர்மறைகள் பல இடங்களில் வரும். 'உளன் எனில் உளன் அவன் உருவம் இவ்வருவுகள், உளன் அலன் எனில் அவன் அருவம் இவ்வருவுகள்' என்று நம்மாழ்வாரும், 'மெய்யர்க்கே மெய்யனாகும்... பொய்யர்க்கே பொய்யனாகும்' என்று தொண்டரடிப்பொடி ஆழ்வார் திருமாலையிலும் 'மெய்யனாகும் விரும்பித் தொழுவார்க்கெல்லாம்' என்று திருவாய்மொழியிலும் கூறுவதன் உள்ளர்த்தம், மற்ற தெய்வங்களைத் தொழுதாலும் அவற்றினுள்ளும் விரவியிருப்பது, மேலும் அவன் இன்மையும் அவனே என்கிறது புரட்சிகரமான கருத்து. இதை நாம் மீண்டும் நம்மாழ்வாரில் விரிவாகப் பேசப் போகிறோம். ஆழ்வார் இறுதி அடியில் கூறும் ஐந்து, நாம் முதல் பாட்டில் விரிவாக உரைத்த ஐந்து குணங்களான ஒலி, தொடுகை, உருவம், சாரம், மணம்.

திருமழிசை ஆழ்வாரின் ஒரு பாடலில் இத்தனை விஷயங்கள் இருக்கின்றன. இத்தனை இருந்தும் அவர் தன்னைப் பற்றிச் சொல்லிக் கொள்ளும்போது,

> குலங்களாய ஈரிண்டில் ஒன்றிலும் பிறந்திலேன்
> நலங்களாய நற்கலைகள் நாவிலும் நவின்றிலேன்
> புலன்கள் ஐந்தும் வென்றிலேன் பொறியிலேன் புனித நின்
> இலங்குபாத மன்றிமற்றோர் பற்றிலேன் எம் ஈசனே (840)

> நான் உயர்குலத்தில் பிறக்கவில்லை. நல்ல கலைகள் பயின்றதில்லை. சம்சாரத்தில் அகப்பட்டு (பொறியிலேன்) புலன்களை அடக்கத் தெரியாதவன். உன்னுடைய ஒளிரும் பாதங்கள் தவிர, வேறு எனக்குப் பற்றில்லை எங்கள் ஈசனே.

ஆழமான கருத்துகளைக் கவித்துவமாகச் சொல்லக்கூடிய ஆழ்வார், தன்னடக்கத்தின் எல்லைக்கு இதில் செல்கிறார்.

மிகச் சிறந்த ஆழ்வாரான நம்மாழ்வாரும் 'நோயற்ற நோன்பிலேன் நுண் அறிவிலேன் ஆயினும் உன்னைவிட்டு ஒன்றும் ஆற்றகின்றிலேன்' என்பார்.

சிறந்த தமிழ்ப் புலமையும், பக்தியும், ஞானமும் பெற்றிருப் பினும் திருமாலுக்கு முன் நான் அற்பம் என்கிற அடக்கம் ஆழ்வார்களின் தனிச்சிறப்பு.

'பொய் மெய் இரண்டும் அவனே' என்பதை மற்றொரு பாடலில் திருமழிசையாழ்வார் சொல்கிறார்:-

ஆணினோடு பெண்ணுமாகி அல்லவோடு நல்லவாய்
ஊணொடு ஓசை ஊறுமாகி ஒன்றலாத மாயையாய்
பூணி பேணு மாயனாகி பொய்யினோடு மெய்யுமாய்
காணி பேணு மாணியாய் கரந்து சென்ற கள்வனே (777)

உலகம் பெருகுவதற்காக ஆணோடு பெண்ணுமாகி, இரண்டும் அற்ற நபும்சகத்திலும் நல்லதாகி, சுவை, ஓசை, தொடுகை போன்ற குணங்களுமாகி, எல்லாமாகி, பசுக்களை (பூணி) காப்பாற்றும் ஆயனாகி, பொய், மெய் இரு பக்கமும் இருந்தவனாகி, பூமியை (காணி) ஆதரிக்கிற வாமனனாகி (மாணி) மறைந்து சென்ற கள்வனே!

இப்போது திருமழிசை ஆழ்வாரின் மகத்தான கருத்து கொண்ட ஒரு பாடலுடன் அவருக்கு விடைகொடுக்கலாம்.

தன்னுள்ளே திரைத்தெழும் தரங்க வெண் தடங்கடல்
தன்னுளே திரைத்தெழுந்து அடங்குகின்ற தன்மைபோல்
நின்னுளே பிறந்து இறந்து நிற்பவும் திரிபவும்
நின்னுளே அடங்குகின்ற நீர்மை நின்கண் நின்றதே (760)

தனக்குள்ளே தோன்றி தனக்குள்ளே அடங்குகின்ற கடல் அலைபோல பிரபஞ்சத்தில் உயிர் உள்ளது, உயிர் இல்லாதது அனைத்தும் உனக்குள்ளே பிறந்து, உனக்குள்ளேயே இறந்து, உனக்குள்ளே அடங்கிப்போகும். அப்படிப்பட்ட குணம் உன்னிடம் நிலைத்துள்ளது.

6. பெரியாழ்வார்

பெரியாழ்வாரின் பாடல்கள் பெரும் பாலானவை மிக எளிதாகப் புரியக்கூடியவை. அன்பும், பாசமும், பரிவும், கவிதைத் திறமும், காதலும் கொண்டு கண்ணனின் குழந்தைப் பருவத்தை அவன் மண்ணில் திளைந்தது போலத் திளைந்து அனுபவித்துப் பாடிய பாசுரங்கள் மிக அதிகம். அவர் 'பிள்ளைத் தமிழ்' என்னும் இலக்கிய வகையை முதலில் உருவாக்கியவர்.

தன்முகத்துச் சுட்டி தூங்கத் தூங்கத்
                    தவழ்ந்து போய்ப்
பொன்முகக் கிண்கிணி ஆர்ப்பப்
                    புழுதி அளைகின்றான்
என்மகன் கோவிந்தன் கூத்தினை
                    இள மாமதீ
நின்முகம் கண்ணுளவாகில் நீயிங்கே
                    நோக்கிப் போ (54)

முகத்தில் சுட்டி தொங்கத் தொங்கத் தவழ்ந்துவருகின்றான். பொன்னாலான பாதச்சலங்கை ஒலிக்க ஒலிக்கப் புழுதியை

அளைகின்றான். இவன் என் மகன். பெயர் கோவிந்தன். இவனது விளையாட்டை, சந்திரனே, உன் முகத்தில் கண் இருந்தால் வந்து பார்த்துவிட்டுப் போ.

'திருப்பல்லாண்டு' என்னும் 12 பாசுரங்களையும் 'பெரியாழ்வார் திருமொழி'யின் 461 பாடல்களையும் இயற்றிய பெரியாழ்வாரின் பிறப்பையும் வாழ்வையும் பற்றிய குறிப்புகள் இவை:-

இயற்பெயர் விஷ்ணுசித்தர். தென்பாண்டி நாட்டில் உள்ள ஸ்ரீவில்லிபுத்தூரில் ஆனி மாதத்தில் சுவாதி நட்சத்திரத்தில் முன்குடுமிச் சோழிய பிராமண மரபில் வந்த வேயர்குலம் என அழைக்கப்பட்ட வம்சத்தில் முகுந்த பட்டர் என்பவருக்கும் பதுமவல்லி நாச்சியாருக்கும் புத்திரராக அவதரித்தவர். இவரைக் கருடனின் அம்சம் என்று சொல்கிறார்கள். வடபத்திரசாயி என்ற பெயரில் பள்ளிகொண்ட கோலத்தில் இருக்கும் வடபெருங் கோயிலுடையான் என்று வழங்கப்படும் கோயிலுக்குத் தெற்கே நந்தவனம் அமைத்து தினம் பகவானுக்குப் பூ கட்டி மாலை சார்த்தி வந்தார்.

இவர் பாடல்களில் பாண்டிய மன்னர்கள் சிலரின் பெயர்களைக் குறிப்பிட்டிருக்கிறார். அதிலிருந்து இவர் ஸ்ரீவல்லபன் என்கிற பாண்டிய மன்னன் காலத்தவர் என்பதும், அந்த மன்னரால் ஆதரிக்கப்பட்டவர் என்பதும் தெரிகிறது. மூன்று பாண்டிய மன்னர்கள் காலத்தில் இவ்வாழ்வார் இருந்திருக்கலாம்.

இந்தப் பாண்டிய மன்னன் ஒருமுறை இரவில் நகர்வலம் வரும்போது ஒரு வழிப்போக்கனை எழுப்பி விசாரித்தாராம். அவன் வடதேச யாத்திரை முடிந்து வீடு திரும்பியதாகச் சொன்னான்.

'யாத்திரையால் என்ன பலன் கண்டாய்?' என்று மன்னன் கேட்க, 'பரம்பொருளை அறிந்தேன்' என்றான். 'மன்னனே, மழைக்காலத் துக்கு வேண்டியதைக் கோடையிலும், முதுமைக் காலத்துக்கு வேண்டியதை இளமையிலும், மறுமைக்கு வேண்டியதை இம்மையிலும் தேடுக' என்கிற பொருள்பட ஒரு சமஸ்கிருத சுலோகத்தைச் சொன்னான். இது மன்னனைச் சிந்தனையில் ஆழ்த்தியது. 'எனக்கு இப்பிறப்பில் எல்லா சந்தோஷங்களும் கிடைத்திருக்கின்றன. அடுத்த ஜென்மத்துக்கு என்ன செய்ய வேண்டும்?' என்று தனது புரோகிதரான செல்வ நம்பிகளைக்

கேட்க, அவர், 'வித்வான்களைத் திரட்டி கடவுள் தத்துவத்தைப் பற்றி ஒரு விவாதம் நடத்துங்கள். பரம்பொருள் யாது என்று நிரூபணம் செய்ய ஒரு போட்டி ஏற்பாடு செய்யுங்கள்' என்று சொல்ல, மன்னன் அதற்குப் பரிசாக ஒரு பொற்கிழியைக் கட்டி, வித்வான்களை அழைத்து, சபை கூட்டினான்.

பெரியாழ்வார் கனவில் மகாவிஷ்ணு வந்து, 'நீர் போய் அந்தக் கிழியை அறுத்து வாரும்' என்று ஆணையிட்டார். பெரியாழ் வார், 'எனக்கு அதற்குத் தகுதி இல்லையே' என்று சொல்ல, 'உம் மூலம் நானல்லவோ தத்துவங்களை விளக்கப் போகிறேன். தைரியமாகச் சொல்லும்' என்றாராம்.

சபையில் பெரிய பெரிய வித்வான்களாம். 'இவர் படிக்காதவர். இவர் எப்படி பர தத்துவத்தைச் சொல்லப் போகிறார்' என்று ஏளனம் செய்தார்களாம். ஆழ்வாருக்குத் திருமாலின் கடாட்சத்தால் ஞானம் ஏற்பட்டு, தெளிவாக ஸ்ரீமந்நாராயணனே எல்லாருக்கும் தலைமையான கடவுள் என்று நிரூபிக்க, கிழி தானாக இவர் முன்னால் தாழ, இதைக் கண்ட அரசனும் வித்வான்களும் ஆழ்வாரை வணங்கி, அவரை யானை மீது ஏற்றி, அவருக்குப் 'பட்டர்பிரான்' என்று பட்டம் சூட்டி நகர்வலம் வந்தபோது, அதைக் கண்டு களிக்கத் திருமாலே கருடன் மேல் ஏறிப் பிராட்டியுடன் வந்து தரிசனம் தந்தாராம். ஆழ்வார் யானையின் கழுத்தில் உள்ள மணிகளைத் தாளமாகக் கொண்டு பரவசத்தில் திருப்பல்லாண்டைப் பாடினார் என்பது குருபரம்பரைக் கதை.

மணவாள மாமுனிகள், 'உபதேச ரத்தின மாலை' என்னும் நூலில் ஒரு வெண்பா இயற்றியிருக்கிறார்.

மங்களா சாஸனத்தின் மற்றுள்ள ஆழ்வார்கள்
தங்கள் ஆர்வத்தளவு தோன்றிப் - பொங்கும்
பரிவாலே வில்லிப்புத்தூர் பட்டர்பிரான் பெற்றான்
பெரியாழ்வார் என்னும் பெயர்

பிரபந்தத்தில் நாதமுனிகள் அமைத்த வரிசைக்கிரமத்தில் பெரியாழ்வாரின் திருப்பல்லாண்டுதான் முதலில் வரும். 'எல்லோரையும் நீண்ட நாட்கள் இருங்கள்' என்று வாழ்த்தும் இந்தப் பாசுரங்கள் பொருத்தமாகப் பிரபந்தத்தின் அறிமுக வாசலாக இருக்கின்றன.

பல்லாண்டு பல்லாண்டு பல்லாயிரத்தாண்டு
பலகோடி நூறாயிரம்
மல்லாண்ட திண்தோள் மணிவண்ணா உன்
சேவடி செவ்வி திருக்காப்பு (1)

என்று நூறு ஆயிரம், கோடி, பலகோடி என்று கணக்கில் அகப்படாத காலம் வாழட்டும் என்று வாழ்த்துகிறார். யாரை?

பகவானையே!

மல்லர்களை அடக்கிக் கொன்ற திடமான தோள்களை உடைய மாணிக்க நிறத்தவனே, உன் சிவந்த திருவடியின் அழகுக்கு எண்ண முடியாத பல்லாயிரம் பலகோடி ஆண்டுகள் குறைவற்ற பாதுகாவல் உண்டாகட்டும் (திருக்காப்பு)

என்று வாழ்த்துகிறார்.

பகவானை வாழ்த்த பக்தனுக்கு என்ன தகுதி என வியப்பாக இருக்கலாம். இதற்கு பெரியவாச்சான் பிள்ளை வசீகரமான விளக்கம் கூறியிருக்கிறார். அதன் சாரம் இது:

முதல் பாட்டில், அழகும் மென்மையும் கல்யாண குணங்களும் கொண்ட பெருமானைக் காலம் ஆட்சி செய்கிற, காலத்தால் கட்டுப்பட்ட இவ்வுலகத்துக்கே வந்துவிட்டதைக் கண்டார் பெரியாழ்வார். இதனால் இவனுக்கு ஏதாவது தீங்கு விளைந்து விடுமோ என்று அஞ்சி, காலமானது தொடக்கமும் முடிவும் இல்லாதது என்கிறபடி காலம் என்னும் தத்துவம் உள்ளவரை எம்பெருமானின் அழகு முதலியவை மாறாமல் நிலைத்திருக்க வேண்டும் என்று வாழ்த்து கூறுகிறார்.

இதைத் தொடர்ந்து ஒரு பட்டியலே தருகிறார் வாழ்த்துவதற்கு. அடியார்களாகிய நாங்கள், உன் மார்பிலே வாழ்கின்ற இலக்குமி, உன் சக்கரம், சங்கு எல்லாமே பல்லாண்டு.

பெரியாழ்வாரின் மூன்றாவது பாசுரம்:

வாழாட்பட்டு நின்றீர் உள்ளீரேல் வந்து
மண்ணும் மணமும் கொண்மின்
கூழாட்பட்டு நின்றீர்களை எங்கள்
குழுவினில் புகுதல் ஒட்டோம்

ஏழாட்காலும் பழிப்பிலோம் நாங்கள்
இராக்கதர்வாழ் இலங்கை
பாழாளாகப் படை பொருதானுக்குப்
பல்லாண்டு கூறுமினே (3)

பெருமாளுக்குச் சேவை செய்பவர்களாக இருந்தால் புழுதி மண் சுமக்கவும் திருமணங்களில் கலந்துகொள்ளவும் வாருங்கள். சோற்றுக்காகப் பிறர்க்கு அடிமைப்பட்டு நிற்பவர்களை எங்கள் கூட்டத்தில் சேர்க்கமாட்டோம். ஏழேழு காலங்களும் நாங்கள் குற்றமற்றவர்கள். ராட்சதர்கள் வாழ்ந்த இலங்கையை வென்றவனுக்குப் பல்லாண்டு கூறுகிறோம்.

இதில் 'மண்ணும் மணமும்' என்பதை கொஞ்சம் விளக்க வேண்டியுள்ளது. இது ஒரு நெருக்கத்தைக் காட்டும் தொடர். அடிமை விலை ஓலை எழுதும்போது, 'மண்ணுக்கும் மணத்துக்கும் உரியவனாக வேண்டும்' என்று எழுதும் வழக்கம் அந்தக் காலங்களில் இருந்தது.

எஜமானுக்கு நல்லது நிகழ்ந்தால் புழுதி மண் சுமப்பார்களாம். ஏதேனும் சுப காரியங்கள் நிகழ்ந்தால் நெருக்கமானவர்கள் புழுதி மண் எடுத்து வந்து தொடக்கவிழா செய்வார்களாம். அதாவது, தம் வீட்டிலேயே கல்யாணம் நிகழ்வது போல் மகிழ்ந்திருப்பது. இந்த இரண்டு உரிமைகளையும் உங்களுக்குத் தருகிறோம் என்கிறார் ஆழ்வார்.

மற்றொரு பாட்டில்,

ஏடு நிலத்தில் விழுவதன் முன்னம் வந்து
எங்கள் குழாம் புகுந்து
கூடு மனமுடையீர்கள் வரம்பொழி
வந்து ஒல்லைக் கூடுமினோ (4)

உங்கள் சரீரத்தை நிலத்தில் வைப்பதற்கு முன்னால் மனம் இருந்தால் வரம்புகளை மீறி விரைவாக (ஒல்லை) எங்களுடன் வந்து சேர்ந்துவிடுங்கள்

என்று அழைக்கிறார்.

'ஏடு' என்கிற சொல்லுக்குப் பல அர்த்தங்கள் உள்ளன. பூவிதழ், மலர், பனையோலை, புத்தகப்பக்கம், வாழையிலைத்துண்டு,

பாலின் ஆடை, மேன்மை, குற்றம்... இந்தப் பாடலில் ஏடு என்ப தற்கு உடல் என்பது பொருள்.

திருப்பல்லாண்டின் 12 பாசுரங்களும் ரத்தினங்கள். அவற்றைத் தனித்தனியாகக் கொடுப்பதற்கு இடமின்மையால், ஒரு முழுப் பாடலைக் கொடுத்துவிட்டு, மற்றவற்றை நீங்களே தேடிப் பார்த்துப் படித்துப் பயனடையுமாறு வேண்டுகிறேன்.

எந்தை தந்தை தந்தை தம் மூத்தப்பன்
    ஏழ்படிகால் தொடங்கி
வந்து வழி வழி ஆட் செய்கின்றோம் திரு
    வோணத் திருவிழாவில்
அந்தியம்போதில் அரியுருவாகி
    அரியை அழித்தவனைப்
பந்தனை தீரப் பல்லாண்டு பல்லாயிரத்
    தாண்டென்று பாடுதுமே (6)

என் தகப்பனும் அவனுடைய தகப்பனும் அவனுடைய தகப்பனும் அவனுடைய பாட்டனுமாகி ஏழு ஏழு தலைமுறைகளாக அடிமை செய்கின்றோம். திருவோணத் திருவிழாவில், சாயங்காலத்தில் இரணியனை வதம் செய் வதன் களைப்புத் தீர உனக்குப் பல்லாண்டு பாடுகிறோம்.

திவ்வியப் பிரபந்தத்தில் பெரியாழ்வார் திருமொழியில் பிள்ளைத்தமிழ் என்னும் இலக்கிய வகையின் முதல் அடை யாளங்கள் இருப்பதாக ஆராய்ச்சியாளர்கள் கூறுகிறார்கள். இந்த இலக்கிய வகையே பெரியாழ்வார் திருமொழியிலிருந்து புறப்பட்டிருக்கலாம் என்று எண்ண இடம் உள்ளது.

கண்ணனது பிள்ளைப் பருவச் செயல்களைப் பற்றி பெரியாழ் வாரின் பாடல்களைத் தமிழ் இலக்கியத்தில் மிகச் சிறந்த பகுதிகளில் ஒன்று என்று டாக்டர் மு. அருணாசலம் போன்ற அறிஞர்கள் கருதுகிறார்கள். கண்ணனின் வளர்ப்புத் தாயான யசோதையாகத் தன்னைக் கற்பனை பண்ணிக்கொண்டு அவனது பிள்ளைக் குறும்புகள் அனைத்தையும் கண்டு களிக்க நம்மை அழைக்கிறார் பெரியாழ்வார்.

பிள்ளைப் பருவம் மட்டும் அல்லாமல், அவனது இளமைப் பருவத்தையும் பாடுகிறார். பிறப்பு, தாலாட்டு, அம்புலி, செங்கீரை, சப்பாணி, தளர்நடை, கிட்டே வருதல், அணைத்துக்

கொள்ளுதல் (புறம் புல்கல்) அம்மம் (உணவு, சோறு) உண்ணல், காது குத்தல், நீராட்டல், தலைவாரல், பூச்சூடல், காப்பிடல் என்பன பற்றிய பெரியாழ்வார் திருமொழியில் முதல் பத்தும், இரண்டாம் பத்தும் முதல் எட்டுத் திருமொழிகளும் சேர்ந்து 180 பாடல்களுக்கு மேல் உள்ளன.

இவை ஒவ்வொன்றிலும் ஒரு பாட்டைச் சுவைத்துப் பார்த்து ரசிப்போம்.

கண்ணன் பிறந்ததைக் கொண்டாடுகிறார்.

ஓடுவார் விழுவார் உகந்து ஆலிப்பார்
நாடுவார் நம்பிரான் எங்குற்றான் என்பார்
பாடுவார்களும் பல்பறை கொட்டநின்று
ஆடுவார்களும் ஆயிற்று ஆய்ப்பாடியே (14)

விழுந்தடித்து ஓடுகிறார்கள். நம்முடைய பிரான் எங்கே இருக்கிறான் என்று தேடுகிறார்கள். பாடுகிறார்கள், பறை கொட்டுகிறார்கள், ஆடுகிறார்கள். இப்படியே ஆயர்பாடி முழுவதும் கொண்டாட்டம்.

ஒரு தெய்வக் குழந்தை உதித்த உற்சாகத்தை இதைவிடச் சிறப்பாகப் படம்பிடித்துக் காட்ட முடியாது. ஆலிப்பார் என்றால் கர்வம் கொள்வார் என்று பொருள்.

தாலாட்டு...

மாணிக்கம் கட்டி வயிரம் இடைகட்டி
ஆணிப் பொன்னால் செய்த வண்ணச் சிறுதொட்டில்
பேணி உனக்குப் பிரமன் விடுதந்தான்
மாணிக் குறளனே தாலேலோ
வையமளந்தானே தாலேலோ (44)

மாணிக்கமும் வைரமும் இடையே வைத்துக் கட்டி, பத்தரை மாற்றுப் பொன்னால் செய்த தொட்டிலை உனக்கு பிரம்மா அனுப்பி வைத்தான். (விடுதந்தான்). வாமனச் சிறுவனாகி உலகை அளந்தவனே, தாலேலோ.

தமிழர்கள் நாட்டுப்புறப் பாடல்களில் தாலாட்டு ஒரு முக்கிய அங்கம் வகிக்கிறது. இதற்கு முன்னோடி பெரியாழ்வார்தான் என்று சொல்ல முடிகிறது.

மாணிக்கத்தில் மாரகண்டி
வச்சிரத்தால் பொன் பதக்கம்
யாருக்கு இடுவோம் என்று
யோசித்திருக்கையிலே
தனக்கிடுங்கள் என்று சொல்லி
தவம்பெற்று வந்தவனோ
உக்காந்து பால் கறக்க
முக்காலி பொன்னாலே
சாய்ந்திருந்து மோர் கடைய
சாய்ப்பலகை பொன்னாலே

போன்ற நாட்டுப்புறத் தாலாட்டுப் பாடல்களின் முன்னோடி பெரியாழ்வாரின் திருத்தாலாட்டாக இருக்கலாம் என்று எண்ணத் தோன்றுகிறது.

அம்புலிப் பருவம்...

'இந்தப் பிள்ளையைச் சாதாரணன் என்று எண்ணாதே' என்று நிலாவிடம் ஆழ்வார் எச்சரிக்கிறார்.

பாலகன் என்று பரிபவம் செய்யேல் பண்டொருநாள்
ஆலினிலை வளர்ந்த சிறுக்கனவன் இவன்
மேலெழப் பாய்ந்து பிடித்துக்கொள்ளும் வெகுளுமேல்
மாலை மதியாதே மாமதீ மகிழ்ந்தோடிவா (60)

சிறுவன் என்று அவமதிக்காதே. முன்னொரு நாள் (ஊழிக் காலத்தில்) ஆலிலைமேல் துயின்ற சிறுவன். கோபம் வந்தால் சட்டென்று மேலே பாய்ந்து உன்னைப் பிடித்துக்கொள்வான். அதனால் வந்துவிடு

என்று சந்திரனை லேசாகப் பயமுறுத்துகிறார்.

பெரியாழ்வார் பாடல்களில் 'குட்டன்' என்கிற, தற்போது மலையாளத்தில் அதிகமாகப் பயன்படுத்தப்படும், சொல் சில இடங்களில் வருகிறது. அதுபோல, திருவோணத் திரு விழாவைக் குறிப்பிடுகிறார், பிடித்துக்கொள்வான் என்பதற்குப் பிடித்துக் கொள்ளும் என்ற பிரயோகம் தற்கால மலையாளத்தில் உள்ளது. இந்த விஷயத்தை யாராவது மொழியியல் வல்லுநர்கள் ஆராய்ந்து பார்க்கலாம்.

அடுத்து செங்கீரைப் பருவம். செங்கீரை என்பது குழந்தை பிறந்த ஐந்தாம் மாதத்தில் தன் தலையை நிமிர்த்தி இங்கும் அங்கும் அசைந்தாடுவதைச் சிறப்பித்துக் கூறும் பருவம். இதுவரை பயன்படுத்திய கலித்தாழிசை, கலித்துறை போன்ற பா வகை களை விட்டு, மெல்ல ஆடுவதை வருணிக்க எண்சீர் விருத்தத்தின் நீண்ட அடிகளுக்குச் செல்கிறார் பெரியாழ்வார்.

காயாமலர் நிறவா கருமுகில்போல் உருவா
கானக மாமடுவில் காளியன் உச்சியிலே
தூய நடம்பயிலும் சுந்தரஎன் சிறுவா
துங்க மதக்கரியின் கொம்பு பறித்தவனே
ஆயம் அறிந்து பொருவான் எதிர் வந்த மல்லை
அந்தரமின்றி அழித்து ஆடிய தாளிணையாய்
ஆய எனக்கொருகால் ஆடுக செங்கீரை
ஆயர்கள் போரேறே ஆடுக ஆடுகவே (69)

இந்தப் பாட்டை 'காயமலர் நிறவா! கருமுகில் போலுருவா' என்று இரண்டிரண்டு சீராகச் சேர்த்துப் படித்துப் பார்த்தால், அந்த ஓசை நயமே மெல்ல ஒரு குழந்தையை மடியில் வைத்துக் கொண்டு ஆடுவதுபோல் இருக்கும்.

காயாம்பூ நிறத்தவனே, கருமேகம் போன்ற உருவம் உள்ளவனே, காட்டு மடுவில் காளியன் என்கிற பாம்பின் தலைமேல் நடனம் பயின்றவனே, அழகான சிறுவனே, யானையின் கொம்பைப் பறித்தவனே, வகை அறிந்து (ஆயம்) உன்னுடன் சண்டைபோட வந்த மல்லர்களை இடைவெளி (அந்தரம்) இன்றி அழித்து உதைத்த கால்கள் உடையவனே, ஆயர்களின் தலைவனே, ஆடுக செங்கீரை.

சப்பாணி என்பது குழந்தை இரு கைகளையும் சேர்த்துத் தட்டுதல். ஆழ்வார் கண்ணனைக் கன்றுக்குட்டி என்று வாஞ்சை யாக அழைக்கும் பாட்டு இது.

புட்டியில் சேறும் புழுதியும் கொண்டுவந்து
அட்டி அமுக்கி அகம்புக்கு அறியாமே
சட்டித் தயிரும் தடாவினில் வெண்ணெயும் உண்
பட்டிக் கன்றே கொட்டாய் சப்பாணி
பற்பநாபா கொட்டாய் சப்பாணி (79)

இடுப்பில் (புட்டி) சேறு, புழுதி இதையெல்லாம் எடுத்துப் பூசிக்கொண்டு வீட்டில் நுழைந்து ரகசியமாக சட்டித்

தயிரையும் பெரிய பானையில் (தடா) வெண்ணையையும் உண்ணும் என் கன்றுக்குட்டியே, கைகொட்டி விளையாடு.

மாணிக்கக் கிண்கிணியும் ஆணிப் பொன்னால் செய்த தொட்டிலும், ஆடையும், மணியும், முத்தும் போன்றவையால் அழகு பார்த்துத் திருப்தி அடையாமல் அவனைச் சேற்றில் அளைந்து பட்டிக் கன்று போல் திரியும் சாதாரண விஷமக் குழந்தையாகக் கண்டு களிக்கிறார்.

குழந்தை விளையாட்டுகளையும் தெய்வ விளையாட்டுகளையும் மாற்றி மாற்றித் தந்து ஆச்சரியத்தில் ஆழ்த்துவது பெரியாழ்வார் பாசுரங்களின் தனிச்சிறப்பு. தளர்நடைப் பருவத்தில் கண்ணன் தட்டித் தடுக்கி நடைபயிலும் அழகைத் திகட்டத் திகட்ட ரசித்தாலும், அவன் பாதங்களில் பதிந்திருக்கும் தெய்வ முத்திரை களையும் மன்மதனை உண்டாக்கியவன் அவன்தான் என்பதையும் குறிப்பிடத் தவறுவதில்லை.

ஒரு காலில் சங்கு ஒருகாலில் சக்கரம்
        உள்ளடி பொறித்தமைந்த
இருகாலும் கொண்டு அங்கங்கு எழுதினாற்போல்
        இலச்சினை பட நடந்து
பெருகா நின்ற இன்ப வெள்ளத்தின்மேல்
        பின்னையும் பெய்து பெய்து
கருகார்க்கடல் வண்ணன் காமர் தாதை
        தளர் நடை நடவானோ (91)

கண்ணனின் பாதங்களில் ஒரு காலில் சங்கும் ஒரு காலில் சக்கரமும் பொறித்திருக்கிறது. நடக்கும்போது அங்கங்கே எழுதினதுபோல் இலச்சினை பதித்து நடக்கிறான். மேன் மேலும் (பின்னையும்) இன்ப வெள்ளத்தில் எல்லோரையும் ஆழ்த்துகிறான். கருமேக நிறக்கடல் வண்ணன், காமனை உண்டாக்கியவன், தளர்நடை நடக்கமாட்டானோ?

'அச்சோ' என்பது, சிறு குழந்தையை முதுகில் அணைத்துக் கொள்ள விரும்புபவர் சொல்லும் ஆச்சரியச் சொல். இந்தப் பாடலில் பிரளயத்தைக் கோடி காட்டுகிறார்.

துன்னிய பேரிருள் சூழ்ந்து உலகைமூட
மன்னிய நான்மறை முற்றும் மறைந்திடப்

பின்னிவ் வுலகினில் பேரிருள் நீங்க அன்று
அன்னமதானானே அச்சோ அச்சோ
அருமறை தந்தானே அச்சோ அச்சோ (106)

இருள் சூழ்ந்து, உலகை மூடிவிட, வேதங்கள் மறைந்துவிட,
அந்த ஊழிக்காலத்தில் ஓர் அன்னமாக வந்து இருளை நீக்கி
வேதங்களைத் தந்தவனே, அச்சோ, அச்சோ.

புறம் புல்குதல் என்பது, பின்னாலிருந்து வந்து அணைத்துக்
கொள்ளுதல். அதில் ஒரு தாய்க்கு ஏற்படும் இன்பம் உன்னத
மானது.

வட்டுநடுவே வளர்கின்ற மாணிக்க
மொட்டு நுனியில் முளைக்கின்ற முத்தேபோல்
சொட்டுச் சொட்டென்னத் துளிக்கத் துளிக்க என்
குட்டன்வந்து என்னைப் புறம்புல்குவான்
கோவிந்தன் என்னைப் புறம்புல்குவான் (108)

மாணிக்க மொட்டில் முளைக்கும் முத்தைப் போலச் சொட்டுச்
சொட்டாக, துளித்துளியாக... என் குழந்தை (குட்டன்) வந்து
என்னை அணைத்துக்கொள்கிறான்

என்று பரவசத்தில் திளைக்கிறார்.

அப்பூச்சி காட்டுதல் என்பது, குழந்தைகள் பயம் காட்டுவது
போலக் காட்ட நாம் பயப்படுவதுபோல நடிக்கும் வசீகர
விளையாட்டு.

இருட்டில் பிறந்துபோய் ஏழை வல்லாயர்
மருட்டைத் தவிர்ப்பித்து வன்கஞ்சன் மாளப்
புரட்டி அந்நாள் எங்கள் பூம்பட்டுக்கொண்ட
அரட்டன் வந்து அப்பூச்சி காட்டுகின்றான்
அம்மனே அப்பூச்சி காட்டுகின்றான் (121)

இரவில் பிறந்து ஆயர்களின் பயத்தை நீக்கி, கம்சனைக்
கொன்ற மிடுக்குள்ளவன் (அரட்டன்) வந்து பயங்காட்டு
கிறான், அம்மனீர்!

என்று வியக்கிறார்.

கண்ணனை முலைப்பால் உண்ண அழைக்கிறாள் யசோதை.

வைத்த நெய்யும் காய்ந்த பாலும் வடிதயிரும் நறு வெண்ணெயும்
இத்தனையும் பெற்றறியேன் எம்பிரான் நீ பிறந்த பின்னை
எத்தனையும் செய்யப் பெற்றாய் ஏதும் செய்யேன் கதம்படாதே
முத்தனைய முறுவல் செய்து மூக்குறிஞ்சி முலையுணாயே (129)

நீ பிறந்தபிறகு நான் நெய், பால், தயிர், வெண்ணைய் ஆகியவற்றைக் கண்ணால்கூடக் காணவில்லை. உன்னை ஒன்றும் செய்யமாட்டேன். எனவே கோபப்படாதே (கதம்படாய்). முத்துப் போல் சிரித்து மூக்கை உறிஞ்சிக் கொண்டு என் முலைப்பால் சாப்பிடு.

அடுத்து கண்ணன் என்னும் குழந்தைக்குக் காது குத்த விரும்பு கிறார். 'எரிச்சலில்லாமல் சன்னமாகக் குத்துகிறேன் வா' என்று அழைக்கிறார்.

வண்ணப் பவளம் மருங்கினில் சாத்தி
மலர்ப்பாதக் கிண்கிணி யார்ப்ப
நண்ணித் தொழும் அவர் சிந்தை பிரியாத
நாராயணா இங்கே வாராய்
எண்ணற்கரிய பிரானே திரியை
எரியாமே காதுக்கிடுவன்
கண்ணுக்கு நன்றும் அழகும் உடைய
கனகக் கடிப்பு மிவையா (140)

இடுப்பில் பவள மாலை அணிந்து, காலில் சலங்கை ஒலிக்க, அணுகும் பக்தர்கள் சிந்தனையிலிருந்து பிரியாத, எண்ணு வதற்கு அரிய, நாராயணனே வா! திருகு போடும்போது எரியாமல் காது குத்துகிறேன். உனக்கு அழகாக இருக்கும் இந்தத் தங்கக் கடுக்கன் (கனகக் கடிப்பு).

பெரியாழ்வார் பாடல்களின் சிறப்பு இந்த அந்தரங்கமான வாத்சல்யம்தான். வேறு எந்த ஆழ்வாரும் பகவானை இவ்வளவு கிட்டத்தில் தொட்டுப் பார்த்ததில்லை.

பெரியாழ்வார் பிள்ளைத் தமிழின் பருவங்களின் பல பிற் காலத்தில் வந்த பிள்ளைத்தமிழ் நூல்களில் அப்படியே உள்ளன. சில புதிய பருவங்களும் பயன்படுத்தப்பட்டன. ஆனால், எல்லாவற்றுக்கும் ஆதாரத்தைப் பெரியாழ்வாரில் காண முடிகிறது. பெரியாழ்வார் பிள்ளைத் தமிழின் வெற்றிக்குப் பாவனா சக்தி மட்டும் காரணம் இல்லை. பிள்ளையைப் பற்றி

அவர் பாடும்பொருள்கள் இயல்பானவை. தெய்வக் குழந்தை என்றாலும் மூக்கை உறிஞ்சித்தான் பால் குடிக்கின்றான். சேற்றில் புரள்கிறான். அவர் பாடல்களில் இருக்கும் வாய்மொழி இலக்கியத் தன்மையைத்தான் முக்கியமாக மேல்நாட்டு அறிஞர்கள் கருதுகிறார்கள். நாட்டுப்புறக் கலைகளோடும் உணர்வோடும் அவர் மிகவும் நெருங்கி வருவதாக ஃப்ரீட்ஹெம் ஹார்டி என்பவர் எழுதியிருக்கிறார். பெரியாழ்வார் காலத்துக்குப் பின் எழுந்த பிள்ளைத்தமிழ் நூல்கள் இதுவரை 150 கிடைத்திருப்பதாகச் சொல்கிறார்கள். அவற்றுள் முதல் நூல் ஒட்டக்கூத்தர் பாடிய குலோத்துங்கன் பிள்ளைத் தமிழ். குமரகுருபரர் பிள்ளைத்தமிழும் முக்கியமானது. இவ்வகை இலக்கியம் தொடர்ந்து இந்த நூற்றாண்டிலும் காந்தி, காமராஜர் போன்றவர்களுக்குப் பிள்ளைத் தமிழ் இயற்றியுள்ளார்கள். புவியரசு போன்ற இன்றைய புதுக் கவிஞர்கள்.

கண்ணே கண்மணியே
கருப்பா நீ கண்ணுறங்கு
கண் விழித்துப் பார்த்தாலோ
காரணங்கள் புரிந்துவிடும்

என்று பாடும்போது என்னால் பெரியாழ்வார் பிள்ளைத்தமிழின் மரபுத் தொடர்ச்சியைக் காணமுடிகிறது.

பெரியாழ்வாரின் பாசுரங்களில் ஆழ்ந்தால் மூச்சு முட்டும். வெளியே வருவது கஷ்டம். அவருடைய சொல்லாட்சியில் ஓர் அன்னையின் கவலையும், ஆதங்கமும், உண்மையான அன்பும் இருக்கும். ஆச்சரியமான உவமைகளும், உணர்வுகளும், யதார்த்தமும் தென்படும்.

தாயின் கோணத்திலிருந்து அவர் கண்ணனைப் பாடியுள்ள பாடல்கள் எப்படி ஓர் ஆண் மகனால், ஓர் இளம் தாயின் மிக நுட்பமான, நளினமான உணர்ச்சிகளை உள்வாங்கிக்கொள்ள முடிகிறது என்ற வியப்பைத் தரும்.

கண்ணனை அவர் நீராட அழைக்கும் பாசுரங்கள் கோவிலில் திருமஞ்சனத்தின்போது சேவிப்பது சம்பிரதாயம்.

எண்ணெய்க் குடத்தை உருட்டி
இளம்பிள்ளை கிள்ளி எழுப்பிக்
கண்ணைப் புரட்டி விழித்துக்
கழகண்டு செய்யும் பிரானே

உண்ணக் கனிகள் தருவன்
ஒலிகடல் ஓதநீர் போலே
வண்ணம் அழகிய நம்பீ
மஞ்சனமாட நீ வாராய் (157)

கழகண்டு என்றால் விஷமம். இச்சொல் தமிழில் வழக்கொழிந்து விட்டது. மற்றபடி ஒன்பதாம் நூற்றாண்டின் பிற்பகுதியில் எழுதிய இந்தப் பாடல் இன்று நேரடியாகப் புரிகிறது ஓர் ஆச்சரியம்தான்.

எண்ணெய்க் குடத்தை உருட்டுகிறாய்; கைக்குழந்தையைக் கிள்ளிவிடுகிறாய்; கண்ணைப் புரட்டி விழிக்கிறாய்; பழங்கள் தருவேன், கடல் நிறம் கொண்ட பிரானே, குளிக்க வா.

பெரியாழ்வார் கண்ணனுக்குத் தலைவாரிவிடக் காக்கையை அழைக்கிறார்.

கண்ணனை வந்து குழல் வாராய் அக்காக்காய்
கார்முகில் வண்ணன் குழல் வாராய் அக்காக்காய் (164)

'அக்காக்காய்' என்பது, ஆழ்வார் காலத்தில் காக்கையே என்று விளிப்பதற்கு ஏற்பட்ட சொல்.

இன்றும் 'காக்கா! கண்ணுக்கு மை கொண்டு வா' போன்ற பாடல் களில் குழந்தைகளுக்கு காக்கை ஒரு நண்பன். அடுத்து கண்ண னுக்குக் கோல் கொண்டுவர ஆணையிடுகிறார் எப்படிப்பட்ட கோல்?

சங்கம் பிடிக்கும் தடக்கைக்குத் தக்க நல்
அங்கம் உடையதோர் கோல் கொண்டுவா
அரக்கு வழித்ததோர் கோல் கொண்டு வா (173)

அரக்கு வழித்தல் என்பது, நல்ல நிறமும் பளபளப்பும் வருவதற்கு ஜாதி லிங்கத்தோடு அரக்கு இடித்து வர்ணம் பூசிய கோல். பழுக்காய்த் தடி என்ற சொல்வார்களே அது.

கண்ணனைப் பூச்சூட்ட அழைக்கும்போது, ஒவ்வொரு பாசுரத் துக்கும் ஒரு மலராக ஒரு பெரிய பூப்பட்டியலே தருகிறார்.

செண்பகப்பூ, மல்லிகைப்பூ, பாதிரிப்பூ, உகந்திவை, செங்கழுநீர், புன்னை, குருக்கத்தி, இருவாட்சி, கருமுகை.

'உன்னைப் பற்றிப் பல பேர் புகார் கூறுகிறார்கள், இருந்தாலும், ஒன்றும் செய்ய மாட்டேன் வா' என அழைக்கிறார். சுற்றுப் பட்டவர்கள் தாயிடம் வந்து முறையிடலைப் பத்து பாடல்களில் பாடியுள்ளார்.

ஆற்றில் இருந்து விளையாடுவேங்களைச்
சேற்றில் எறிந்து வளைதுகில் கைக்கொண்டு
காற்றில் கடியனாய் ஓடி அகம்புக்கு
மாற்றமும் தாரானால் இன்று முற்றும்
வளைத்திறம் பேசானால் இன்று முற்றும் (213)

நதியில் நாங்கள் விளையாடிக்கொண்டிருக்க, சேற்றை வீசிவிட்டு, எங்கள் ஆடை ஆபரணங்களைப் பறித்துக் கொண்டு காற்றைவிட வேகமாக ஓடிப்போய் வீட்டுக்குள் புகுந்து, அவற்றைக் கொடுக்காமல் நாள் முழுதும் பிடிவாதம் பிடிக்கிறான்

என்று புகார்கள்.

கண்ணன் குழந்தைதானா இல்லை தெய்வமா? இவன் செய்யும் காரியங்கள் எல்லாம் ஒரு மாதிரியாக இருக்கின்றனவே?

கும்மாயத்தொடு வெண்ணெய் விழுங்கி
குடத் தயிர் சாய்த்துப் பருகி
பொய்ம் மாய மருதான அசுரரைப்
பொன்றுவித்து இன்று நீ வந்தாய்;
இம்மாயம் வல்ல பிள்ளை நம்பீ உன்னை
என் மகனே என்பர் நின்றார்
அம்மா உன்னை அறிந்துகொண்டேன்
உனக்கு அஞ்சுவன் அம்மம் தரவே (225)

ஆய்ச்சியர் பெண்களை மயக்கி அவர்கள் பின்னால் போய் அவர்கள் ஆடைகளைப் பற்றி என்ன என்னவோ செய்தாயாம். பொய் சொல்கிறாய். உன்னைப் பற்றி வெளியே பலதும் பேசுகிறார்கள். உன்னைத் தெரிந்துபோய்விட்டது. உனக்குச் சோறு ஊட்டப் பயமாக இருக்கிறது.

உன்னை அறிந்துகொண்டேன் என்பதன் உள்ளர்த்தம், நீ கடவுள் அவதாரம் என்பதை அறிந்துகொண்டுவிட்டேன் என்பதே. கண்ணன் வளர்ந்து பெரியவனானதும் செய்யப்

போகிற விளையாட்டுகளை அறிந்த ஆழ்வார், சுவைபட அதைக் குழந்தை மேல் ஏற்றி ரசிப்பது இலக்கியத்தில் ஒரு புது உத்தி. நாம் மானுடக் குழந்தையைக் கொஞ்சும்போதுகூட 'இவன் இருக்கானே, இப்பவே பெண்களிடம் மட்டும்தான் போகிறான். பிற்காலத்தில் எப்படி இருப்பானோ' என்று வியப்பது சகஜம். அந்தக் குழந்தை கடவுள் என்று தெரிந்துவிட் டால் கொஞ்சலுடன் பயமும் வந்துவிடுவது இயற்கையே. கண்ணனை பத்து பாடல்களில் அழகனே, வள்ளலே, பரமனே என்று காப்பு இட அழைக்கிறார். மற்ற பெண்கள், 'இந்தக் குழந்தையின் விஷமம் தாங்க முடியவில்லை. இவனை வந்து அழைத்துப் போ' என முறையிடும் அருமையான பாசுரங்களில் ஒன்றைப் பார்ப்போம்.

பாலைக் கறந்து அடுப்பேற வைத்துப்
    பல்வளையாள் என் மகள் இருப்ப
மேலையகத்தே நெருப்பு வேண்டிச்
    சென்று இறைப் பொழுது அங்கே பேசி நின்றேன்
சாளக்கிராமம் உடைய நம்பி
    சாய்த்துப் பருகிட்டுப் போந்து நின்றான்
ஆலைக் கரும்பின் மொழி அனைய
    அசோதை நங்காய்! உன் மகனைக் கூவாய் (206)

பாலைக் கறந்தேன். அடுப்பில் ஏற்றினேன். மகளைப் பார்த்துக் கொள்ளச் சொல்லிவிட்டு மேலண்டை வீட்டில் நெருப்பு வாங்கச் சென்று சற்று நேரம் (இறைப்பொழுது) அங்கே பேசிக்கொண்டிருந்தேன். வந்து பார்த்தால் உன் மகன் பாலைச் சாய்த்துப் பருகிவிட்டு நிற்கிறான். தொல்லை தாங்கவில்லை உன் மகனைக் கூப்பிட்டுக்கொள்.

அன்றாடக் காட்சியை ஒரு விஷுவல் போலக் காண்பிக்கும் இந்தப் பாடலில் கண்ணன் பாலைச் சாய்த்துப் பருகுவதைத் தடுக்காமல் பார்த்துக்கொண்டிருந்த அந்த மகளையும் ரசிக்க முடிகிறது.

கண்ணனைக் கன்றின்பின் அனுப்பிவிட்டு தாய் கவலைப் படுவதையும் பத்து பாசுரங்கள் பாடியிருக்கிறார். சாயங்காலம் அவன் திரும்பி வந்தபின் சந்தோஷமும், 'உன்னைப் போய் அனுப்பினேனே என்னை விடக் கொடியவள் இருப்பாளா' என்கிற ஆதங்கத்திலும் பத்து பாடல்கள் உள்ளன.

கன்னிநன் மாமதிள் சூழ்தரு பூம்பொழில்
    காவிரித் தென் அரங்கம்
மன்னியசீர் மதுசூதனா கேசவா
    பாவியேன் வாழ்வுகந்து
உன்னை இளங்கன்று மேய்க்கச் சிறுகாலே
    ஊட்டி ஒருப்படுத்தேன்
என்னில் மனம் வலியாள் ஒரு பெண் இல்லை
    என் குட்டனே முத்தம் தா (245)

இந்தப் பாடலில் திருவரங்கம் சொல்லப்படுவதிலிருந்து அந்தக்
கோயிலின் பழமை தெரிகிறது. குட்டன் என்கிற இன்றைய
மலையாள வார்த்தைப் பிரயோகமும் ஆராய்ச்சிக்குரிய விஷயம்.
'உன்னைக் கன்று மேய்க்க அதிகாலையில் சோற்றைப் போட்டு
அனுப்பினேனே. என்னைவிடக் கல்நெஞ்சக்காரி இருப்பாளோ
கேசவா?' என்று தாய் பிள்ளையை அனுப்பிவிட்டுப் படும்
அவஸ்தை இன்றைக்கும் உள்ளது.

கண்ணன் தெருவில் வருவதைக் கண்டு பெண்கள் காமுறலைப்
பற்றியும் பாடியிருக்கிறார். மயிலிறகும், புல்லாங்குழலும்,
பாட்டுமாக கோவிந்தன் சகாக்களுடன் வருகிறதைக் கண்டு,

மழைகொலோ வருகின்றது என்று சொல்லி
மங்கைமார் சாலக வாசல் பற்றி
நுழைவனர் நிற்பனராகி எங்கும்
உள்ளம் விட்டு ஊண் மறந்தொழிந்தனரே (254)

அவன் வருவதைக் கண்டு பலகணியைப் பற்றிக்கொண்டு
ஸ்தம்பித்து நின்று உள்ளத்தை விட்டு உண்பதையும் மறந்தார்
களாம் அந்தப் பெண்கள்.

குன்றெடுத்து ஆநிரை காத்த பிரான்
    கோவலனாய்க் குழல் ஊதி ஊதிக்
கன்றுகள் மேய்த்துத் தன் தோழரோடு
    கலந்து உடன் வருவானைத் தெருவில் கண்டு
என்றும் இவனை ஒப்பாரை நங்காய்
    கண்டறியேன் ஏடி வந்து காணாய்
ஒன்றும் நில்லா வளை கழன்று துகில்
    ஏந்திள முலையும் என் வசமலவே (257)

இவனைப் பார்த்ததும் எதுவும் நிற்பதில்லை. வளைகள் கழன்று கொள்கின்றன. மார்புத் துணி விலகியதுகூடத் தெரிவதில்லை. அத்தனை அழகன் அவன்.

இப்போதுகூட நம் இளம் பெண்கள் சினிமா அல்லது கிரிக்கெட் நட்சத்திரங்கள் சிலரைப் பார்க்கும்போது வசம் இழப்பதைப் பார்க்கிறோம்.

இவ்வாறே ஆழ்வார் கண்ணன் கோவர்த்தனகிரியைக் குடையாகப் பிடித்தது, குழல் ஊதியது, (அமுத கீத வலையில் சுருக்குண்டு) தாய்மார்கள் யசோதையிடம் வந்து 'என் பெண் உன் பிள்ளை பின்னால் போய்விடுகிறாள்' என்று முறையிடுவது எல்லாம் கிரமமாக வருகிறது.

பெரியாழ்வார் இதன் பிறகு ராமாவதாரச் சிறப்புகளைப் பாடும் சில அருமையான கவிதைகளைச் செய்திருக்கிறார். உந்தி பறத்தல் என்கிற பழங்கால விளையாட்டு உள்ளது. அதை எப்படி ஆடினார்கள் என்பதை இப்போது ஊகம்தான் செய்யமுடிகிறது. எம்பிக் குதித்து மகளிர், தலைவனின் சிறப்புகளைப் பாடுவது என்று தோன்றுகிறது. பெரியாழ்வார் உந்தி பறத்தலுக்காகப் பத்து பாசுரங்கள் செய்திருக்கிறார்.

மாற்றுத்தாய் சென்று வனம்போகே என்றிட
ஈற்றுத்தாய் பின் தொடர்ந்து எம்பிரான் என்று அழ
கூற்றுத்தாய் சொல்லக் கொடிய வனம் போன
சீற்றமிலாதானைப் பாடிப் பற
சீதை மணாளனைப் பாடிப் பற (310)

'மாற்றாந்தாய் காட்டுக்குப் போ' என்று சொல்ல, பெற்ற தாய் பின்தொடர்ந்து அழ, கோபமில்லாமல் காட்டுக்குச் சென்றவனைப் பாடி உந்தி பற.

பெரியாழ்வார், திருவரங்கம், திருமாலிருஞ்சோலை, திருக் கோஷ்டியூர் போன்ற வைணவத் தலங்களைத் தனித்தனியாகவும் பாசுரங்களில் பாடியுள்ளார்.

மரணம் வருவதற்கு முன்னால் மாதவனைத் தொழுதுவிடுங்கள் என்கிற கருத்தில் பத்து பாடல்கள் பாடியுள்ளார். அவற்றில் மிகச் சிறந்த ஒன்று ஒரு காட்சியாக உருவாகிறது.

சோர்வினால் பொருள் வைத்ததுண்டாகில்
　　சொல்லு சொல் என்று சுற்றுமிருந்து
ஆர் வினவிலும் வாய் திறவாதே
　　அந்தகாலம் அடைவதன் முன்னம்
மார்வமென்பதோர் கோயில் அமைத்து
　　மாதவன் என்னும் தெய்வத்தை நாட்டி
ஆர்வ மென்பதோர் பூவிட வல்லார்க்கு
　　அரவ தண்டத்தில் உய்யலு மாமே (373)

சொத்தை எங்கே வைத்திருக்கிறோம் என்பது மறந்து போய்விட, சுற்றிலும் உள்ளவர்கள் சொல்லு சொல்லு என்று அதட்ட, யார் கேட்டாலும் வாயைத் திறக்க முடியாத அந்தக் கடைசிக் காலம் வருவதற்கு முன் நெஞ்சிலே கோவில் அமைத்து, அதில் மாதவனைத் தெய்வமாக நாட்டி, ஆர்வம் என்கிற பூவைப் போட்டாலே போதும், எமனிடமிருந்து தப்பிக்கலாம்

என்கிறார்.

குழந்தைகளுக்குப் பெயர் வைக்கையில் நாராயணனின் பெயர்களில் ஒன்றை வையுங்கள் என்கிறார் ஆழ்வார்.

மானிட சாதியில் தோன்றிற்றோர் மானிட சாதியை
மானிட சாதியின் பெயரிட்டால் மறுமைக்கில்லை
வானுடை மாதவா கோவிந்தா என்று அழைத்தக்கால்
நானுடை நாரணன் தம்மன்னை நரகம் புகாள் (384)

மனித சாதியில் பிறந்தவர்களுக்கு மனிதர்கள் பெயரை வைத்தால் அடுத்த பிறவிக்கு உதவாது. மாதவா, கோவிந்தா என்று அழைத்தால் என்னுடைய (நானுடை) நாராயணன் உங்களை நரகத்துக்குப் போகாது இருக்கவைப்பான்.

திருமங்கையாழ்வார்போல அதிகப்படியான வைணவத் தலங்களைப் பாடாவிடினும், பெரியாழ்வார் திருவரங்கம், திருமாலிருஞ்சோலை, திருப்பதி போன்ற முக்கியத் தலங் களுடன் வடக்கே உள்ள கண்டம் என்னும் கடிநகர் (தேவ ப்ரயாகை) போன்ற தலங்களையும் பாடியுள்ளார்.

குன்றாடு கொழுமுகில் போல்
　　குவளைகள்போல் குரைகடல் போல்

நின்றாடு கணமயில் போல்
நிறமுடைய நெடுமாலூர்
குன்றூடு பொழில் நுழைந்து
கொடியிடையார் முலையணவி
மன்றூடு தென்றலுலாம்
மதிலரங்கம் என்பதுவே (410)

மேகம், குவளை மலர், கடல், மயில் போன்ற நிறம் கொண்டவர் ஊர், குன்றின் வழியே சோலையில் நுழைந்து மெல்லிடைப் பெண்களின் மார்பைத் தொட்டுவிட்டு (அணவி) மன்றத்தில் ஊடாடும் தென்றலும் மதில்களும் கொண்டது திருவரங்கம்.

உடல்நலம் குன்றி இருக்கும்போது, பெரியாழ்வாரின் 'நெய்க் குடத்தை' என்று தொடங்கும் பத்து பாசுரங்களையும் பாடிப் பார்த்தால் குணமாகிறது என்று பலர் என்னிடம் சொல்லியிருக் கிறார்கள். உருக்கமான பாடல்கள் இவை. நேரடியாக வியாதி களை அழைத்து எச்சரிக்கிறார்:

நெய்க்குடத்தைப் பற்றியேறும்
எறும்புகள் போல் நிரந்து எங்கும்
கைக்கொண்டு நிற்கின்ற நோய்காள்
காலம் பெற உய்யப் போமின்
மெய்க்கொண்டு வந்து புகுந்து
வேதப் பிரானார் கிடந்தார்
பைக்கொண்ட பாம்பணையோடும்
பண்டன்று பட்டினம் காப்பே (445)

நெய்க்குடத்தில் ஏறும் எறும்புகள் போல் என்னைக் கைப் பற்றிக் கொண்ட நோய்களே, பிழைத்து ஓடிச்செல்லுங்கள். என் உடலில் நாராயணன் தன் பாம்பணையோடு குடிவந்து விட்டான். முன்போல் இல்லை இந்த உடல். பட்டினம்போல் காவல் உடையது. பத்திரமானது.

'சென்னியோங்கு' என்று தொடங்கும் கடைசிப் பத்து பாசுரங்கள் பெரியாழ்வார் திருமொழிக்கு முத்தாய்ப்பு போல் உள்ளன. தன்னுள் கடவுளை நிரப்பிக்கொள்கிறார்.

கடல் கடைந்து அமுதம் கொண்டு
கலசத்தை நிறைத்தாற்போல்

உடல் உருகி வாய்திறந்து
மடுத்துன்னை நிறைத்துக்கொண்டேன் (466)

பாற்கடலைக் கடைந்து அமுதத்தைக் கலசத்தில் நிரப்பியது
போல் உடல் உருகி வாயைத் திறந்து உன்னை அடைத்து
(மடுத்து) நிரப்பிக்கொண்டேன். மேலும் உன் பெயரை என்
நாக்கில் தேய்த்துக்கொள்கிறேன்

என்கிறார்.

பொன்னைக் கொண்டு உரைகல் மீதே
    நிறமெழ உரைத்தாற்போல்
உன்னைக் கொண்டு என் நாவகம்பால்
    மாற்றின்றி உரைத்துக்கொண்டேன்
உன்னைக் கொண்டு என்னுள் வைத்தேன்
    என்னையும் உன்னில் இட்டேன்
என்னப்பா என் இருடீகேசா
    என்னுயிர்க் காவலனே (467)

தங்கத்தை உரைகல் மேல் அதன் நிறம் தெரிய உரைப்பது
போல, உன்னை என் நாக்கின்மேல் மாற்றுக் குறையாமல்
தேய்த்துக்கொண்டேன். உன்னை எனக்குள் வைத்தேன்.
என்னையும் உனக்குள் இட்டேன்

என்கிறார். கடைசி வரிகளை விளக்க விசிஷ்டாத்வைதத்தின்
ஆழமான தத்துவங்களைத் தொடவேண்டும். நாராயணன்
நமக்குள் இருக்கிறான், நாமும் நாராயணனுக்குள் இருக்கிறோம்
என்பது வைணவத்தின் மையக்கருத்துகளில் ஒன்று.

நான் உன்னையன்றி இலேன் கண்டாய் நாரணனே
நீ என்னையன்றி இலை (2388)

என்ற திருமழிசையாழ்வாரின் நான்முகன் திருவந்தாதிப் பாடலை
மீண்டும் நினைவுகொள்ளலாம்.

பெரியாழ்வாருக்குப் பிரியாவிடை கொடுத்துவிட்டு அவர்
திருமகளான ஆண்டாளின் பாசுரங்களைப் பார்ப்போம்.

7.ஆண்டாள்

பெரியாழ்வார் ஸ்ரீவில்லிபுத்தூரில் வடபத்திர
சாயி என்னும் வடபெரும்கோயிலுடை
யானுக்கு அருகே நந்தவனம் அமைத்து தினந்
தோறும் மாலைகட்டி, பெருமாளுக்குச் சேவை
செய்து கொண்டிருந்தார். ஒருநாள் பூப்பறிக்கச்
சென்றபோது துளசிச் செடி அருகில் ஒரு பெண்
குழந்தையைக் கண்டார். சுற்றிலும் பார்த்தார்.
யாரும் இல்லை. ஆண்டவன் புத்திரபாக்கியம்
இல்லாத தனக்கு இப்படி ஒரு புத்திரியை
அனுப்பிவைத்துள்ளார் என்று எண்ணி,
கோதை என்று பெயர் சூட்டி வளர்த்தார்.

கோதை என்றால் தமிழில் மாலை. வட
மொழியில், 'வாக்கைக் கொடுப்பவள்' என்று
பொருள்.

கோதை சிறுவயதிலிருந்தே கண்ணன்பால்
பிரேமைகொண்டு காதல் வசமானாள்.

தினந்தோறும் பெருமாளுக்குப் பெரியாழ்வார்
தொடுக்கும் மாலையைத் தனது கூந்தலில்
சூடிக் கண்ணாடியில் அழகு பார்த்து, இப்படிச்
சூட்டினால் பெருமாளுக்கு அழகாக

இருக்குமோ என்று பார்த்துவிட்டு, அந்த மாலையைக் கழற்றி வைத்துவிடுவாள். தினந்தோறும் இவ்வாறு நடந்து வந்தது. ஒரு நாள் பெரியாழ்வார் அதைப் பார்த்துவிட்டார். இதென்ன அபசாரம் என்று கோதையைக் கடிந்துகொண்டு சன்னதிக்குப் போய் மாலை சூட்டாமல் துயரத்தில் தூங்கிவிட்டார்.

பெருமாள் அவர் கனவில் வந்து, உம் மகள் சூடிக் கொடுத்த மாலையே எனக்கு உவப்பானது என்ற சொல்லி மறைந்தார். பெரியாழ்வார் வியப்படைந்து தன் மகள், பிராட்டியின் அம்சம் என்று உணர்ந்தார்.

கோதை மணப்பருவம் எய்த, ஆண்டாளிடம் அவன் கல்யாணத்தைப் பற்றிப் பேச்செடுத்தார் பெரியாழ்வார். அவள், 'மானிடர்க்கென்று பேச்சுப்படில் வாழகில்லேன்' என்று சொல்லிவிட்டாள். திருவரங்கத்துப் பெருமாளையே மணக்க விரும்புகிறேன் என்று சொல்லிவிட்டாள். குழம்பிப்போன ஆழ்வாரின் கனவில் பெருமாள் மீண்டும் தோன்றி, 'கவலைப் படாதீர்! உம் மகளை என்னிடம் அழைத்து வாரும்' என்று சொல்ல, வல்லப தேவன் பாண்டிய மன்னனும் அவர்கள் பயணத்துக்கு ஏற்பாடு செய்ய, பெரியாழ்வார் அவளை அழைத்துக்கொண்டு ஸ்ரீரங்கம் சென்றார்.

எல்லோரும் பிரமிப்புடன் பார்க்க, அரங்கனின் கருவறையை அடைந்து நேராக உள்ளே சென்று பெருமானின் திருவடி பற்றி அமர்ந்ததும், ஆண்டாள் மறைந்து பகவானுடன் கலந்தாள். பெருமாளும் பிராட்டியும் பெரியாழ்வாருக்கும் அங்கிருந்த பக்தர்களுக்கும் தரிசனம் தந்தனர்.

இது ஆண்டாளைப் பற்றிய திவ்யசூரி சரிதம் போன்ற நூல்கள் சொல்லும், ஏறக்குறைய உண்மையின் அருகில் இருக்கும் கதை. இதன் அடிப்படைச் சம்பவங்கள் ஆண்டாளின் பல பாசுரங்களில் இருக்கின்றன. மேலும், கண்ணன்மேல் ஆசைப்பட்டு, அவனை விரும்பிப் பாவை நோன்பு, 'வாரணமாயிரம் சூழ வலம் செய்து' என்று தொடங்கும் நாராயணனுடன் திருமணத்தைப் பற்றிய பாசுரங்கள் எல்லாம் இந்த வசீகரமான கதையின் அடிப்படை ஆகின்றன.

ஆண்டாளின் பாடல்களின் அகச்சான்றுகளை வைத்து டாக்டர் மு. இராகவையங்கார் அவர்கள் இந்தக் கவிஞரின் காலத்தை ஆராய்ந்திருக்கிறார். தமிழில் முக்கியமான கால ஆராய்ச்சிகளில்

ஒன்று அவருடைய புத்தகமான ‘ஆழ்வார்கள் காலநிலை’. 17-ம் திருப்பாவையில் ‘வெள்ளி எழுந்து வியாழம் உறங்கிற்று’ என்ற அடியில் இருக்கும் வானவியல் சம்பவத்தை நிபுணர்களோடு ஆராய்ந்து, அது கிபி 885, நவம்பர் 25-ம் தேதி என்று அவர் சொல்கிறார்.

ஆண்டாள் பாடல்களின் அமைப்பு, சொல்லாட்சி, பாவை நோன்பு பற்றிய விவரங்கள் ஆகியவற்றை ஆராய்ந்து பார்க்கையில் தெளிவாவது இரண்டு விஷயங்கள்:

1. ஒரு பெண்ணால்தான் இத்தனை நளினமான உணர்ச்சிகளை வெளிப்படுத்த முடியும். ஆண்டாள் நிஜமானவர் என்பதை அவருடைய பெண்மை மிளிரும் பாசுரங்களே அறிவிக்கின்றன.

அவரைப் பிராயம் தொடங்கி என்றும்
    ஆதரித்தெழுந்த என் தடமுலைகள்
துவரைப் பிரானுக்கே சங்கற்பித்துத்
    தொழுது வைத்தேன்... (507)

போன்ற வரிகளில் மிளிரும் பெண்மையும் காதலும் கவனிக்கத் தக்கன.

2. ஆண்டாள் தமிழில் மிகுந்த புலமை பெற்றவர். திருப்பாவையின் யாப்பு கடினமானது. இயற்றரவிணைக் கொச்சக் கலிப்பா என்று அதை வகைப்படுத்துகிறார்கள். திருப்பாவை பாடல்களை சீர் தளை பிரித்துப் பார்க்கும்போது வெண்சீர், இயற்சீர் வெண்டளைகள் தடுமாற்றமின்றி அமைகின்றன. ஓரிரு இடங்களில்தான் பிறழ்கின்றன (உம்: ‘நாயகனாய் நின்ற நந்த கோபனுடைய). எட்டு நான்கு சீர் அடிகளிலும் எதுகை (எதுகை என்பது மார், நீர், சீர், கூர், ஏர், கார், நார், பார் போன்ற சந்தத்தோடு ஒத்திசையும் ஆரம்ப வார்த்தைகள்) அமைந்த மிகவும் கடுமையான யாப்பு. டாக்டர் பெ. சீனிவாசன், ‘வைணவ இலக்கிய வகைகள்’ என்ற நூலில் இதை விரிவாக ஆராய்ந்திருக்கிறார். கடுமையான யாப்பில் மிக எளிய பாடல்கள் அமைக்கும் திறமை, ஓர் அறியாத பேதைப் பெண்ணிடம் இருந்தது என்பது நடைமுறைக்கு ஒவ்வாததாக உள்ளது. இன்று திருப்பாவையின் யாப்பமைதியில் பாடல் ஒன்றை நம் சிறந்த கவிஞர்கள் எழுதினால்கூட அத்தனை எளிமையாக - அத்தனை அழகாக - அமைப்பது கடினம். மேலும், ஆண்டாளின் ‘நாச்சியார்

திருமொழி'யில் அறுசீர், எழுசீர் ஆசிரிய விருத்தங்கள், கலி விருத்தங்கள், கலிநிலைத் துறை என்று வரிக்கு வரி எழுத்துகளை எண்ணிப் பார்த்தால் ஒற்று நீங்க ஒரே எண்ணிக்கை வரும். இதை அளவியல் சந்தம் என்பார்கள். இவற்றை எல்லாம் சரளமாகப் பயன்படுத்தும் ஆண்டாள், தன் தந்தையிடமிருந்து தமிழ்ப் புலமையைக் கற்றிருக்கலாம் என்று எண்ண இடம் உள்ளது.

பெரியாழ்வார் பாடல்களின் சாயல், நாச்சியார் திருமொழியில் இருக்கிறது.

ஆண்டாளின் திருப்பாவை முப்பது பாடல்களும் 'சங்கத் தமிழ் மாலை' என்று போற்றப்படுகின்றன. திருப்பாவை என்பது பின்னர் வைக்கப்பட்ட பெயராக இருக்கலாம். முதலில் இதற்குச் 'சங்கத் தமிழ்மாலை' என்றுதான் பெயர் என ஆராய்ச்சியாளர்கள் கூறுகிறார்கள்.

தொல்காப்பிய நூற்பாவின் பேராசிரியர் உரையில் பாவைப் பாட்டு என்பது குறிப்பிடப்படுகிறது. பாவை நோன்புக்கு அடிப்படை தமிழ் நாட்டின் பழைய வழக்கத்தைத் தழுவியது. இந்த நோன்பு சங்க இலக்கியங்களான அகநானூறு, நற்றிணை, பரிபாடல் ஆகியவற்றில் பாவை நோன்பும் தைந்நீராடலும் குறிப்பிடப்படுகின்றன.

'நேரிழை மகளிர் வார்மணல் இழைத்த வண்டற் பாவை' என்று நற்றிணையில் உள்ளது. அகநானூறிலும் உள்ள கடற்கரை யோரப் பாவை விளையாட்டுகள்தாம் நாளடைவில் சமய வடிவம் பெற்றது என்று கூறுகிறார்கள். 'தைந்நீராடல்' என்றாலும் மார்கழித் திங்களில் பௌர்ணமியில் திருவாதிரையில் தொடங்கியதால், இந்த நீராடல் தை மாதத்தில் தொடர்ந்தது. அதனால் தைந்நீராடல் என்பதும் பொருந்தும் என்று இராக வையங்கார் குறிப்பிட்டுள்ளார். எப்படியும் மகளிரின் பாவை நோன்பு பழந்தமிழ் வழக்கம் என்பதில் சந்தேகமில்லை.

கண்ணனை அனுசரித்த பெண்ணாகத் தன்னைப் பாவித்துக் கொண்டு ஸ்ரீவில்லிபுத்தூரை ஆயர்பாடியாகக் கொண்டு வடபெரும்கோயிலை நந்தகோபர் மாளிகையாகவும், அதில் உள்ள தெய்வத்தை கிருஷ்ணனாகவும் பாவித்து, அந்தப் பெண்கள் செய்த பாவை நோன்பை ஆண்டாள் செய்வதாக யாத்த முப்பது பாட்டுகளின்மேல் வைணவ ஆச்சாரியர்களுக்கு - குறிப்பாக இராமானுஜருக்கு - மிகுந்த ஈடுபாடு. இதற்கு வைணவ

ஆச்சாரியார்கள் பலர் விளக்கம் எழுதியுள்ளனர். அவற்றில் பெரியவாச்சான் பிள்ளையின் மூவாயிரப்படியும் அழகிய மணவாளப் பெருமாள் நாயனார், ஜகந்நாதாசாரியார் போன்றவர் களின் வியாக்கியானங்களும் முக்கியமானவை.

மார்கழி மாதம் பௌர்ணமியில் தொடங்குகிறது திருப்பாவை. மார்கழி மாதத்தை வைஷ்ணவமான மாதம் என்று சொல்வார்கள். கண்ணன் கீதையில், 'மாஸாநாம் மார்கஸீர்ஷோ அஹம்' என்னும் போது, 'மாதங்களில் நான் மார்கழி' என்கிறார். மழை பெய்து பயிர்கள் விழிக்கும்போது உயிர்களும் விழிக்க வேண்டும் அல்லவா?

மார்கழித் திங்கள் மதி நிறைந்த நன்னாளால்
நீராடப் போதுவீர் போதுமினோ நேரிழையீர்
சீர்மல்கும் ஆய்ப்பாடிச் செல்வச் சிறுமீர்காள்
கூர்வேல் கொடுந் தொழிலன் நந்தகோபன் குமரன்
ஏரார்ந்த கண்ணி யசோதை இளஞ்சிங்கம்
கார்மேனிச் செங்கண் கதிர்மதியம் போல் முகத்தான்
நாராயணனே நமக்கே பறை தருவான்
பாரோர் புகழப் படிந்தேலோர் எம்பாவாய் (474)

மார்கழி மாதம் பௌர்ணமி நாள் இது. நீராட விருப்பம் உள்ளவர்கள் வாருங்கள். கூர்மையான வேல் உடையவனும் தீங்கு செய்வோருக்குக் கொடியவனுமான நந்தகோபனின் பிள்ளை அவன். அழகான கண்களுடைய யசோதையின் சிங்கக்குட்டி. மேகம்போல உடல், சிவந்த கண், சூரிய சந்திரன் போல முகம் கொண்ட நாராயணன், நாம் விரும்பியதை நமக்குக் கொடுப்பான் (பறை தருவான்). உலகம் புகழ, பாவை நோன்பில் ஈடுபடலாம் வாருங்கள்.

திருப்பாவையின் முப்பது பாடல்களையும் மார்கழி மாதத்தில் அனுசரிப்பது வைணவர்கள் வழக்கம். பாவை நோன்பு என்பது பெண்கள் பழகும் விதமான austerity. இது எல்லா நோன்பு களிலும் இருப்பதைப் பார்க்கலாம். கிறிஸ்தவர்களின் லெண்ட், இஸ்லாமியர்களின் ரம்ஜான், ஐயப்பன் விரதம் போன்ற வற்றுடன் இதனை ஒப்பிட முடிகிறது. எல்லா மதங்களிலும் நம்பிக்கைகளிலும் கடவுளை அடையக் கொஞ்சமாவது மெய்வருத்தம் தேவை என்கிற கருத்து அடிப்படையானது. இதன் அதீத வடிவங்கள்தாம் காவடி எடுப்பது, அலகு

குத்திக்கொள்வது, முதுகுத் தோலில் கொக்கி வைத்துத் தேர்
இழுப்பது, ஏரோப்ளேன் தொங்குவது போன்ற கிராமியத்
தொல்லைகள் எல்லாம்.

ஆண்டாளின் பாவை நோன்புக்கான கிரிசைகள் (காரியங்கள்)
எளிமையானவை. எல்லாப் பெண்களும் கடைப்பிடிக்கக்
கூடியவை.

> நெய்யுண்ணோம் பாலுண்ணோம் நாட்காலே நீராடி
> மையிட்டெழுதோம் மலரிட்டு நாம் முடியோம்
> செய்யாதன செய்யோம் தீக்குறளை சென்றோதோம்
> ஐயமும் பிச்சையும் ஆந்தனையும் கைகாட்டி
> உய்யுமாறு எண்ணி உகந்தேலோர் எம்பாவாய் (475)

> நெய் கிடையாது, பால் கிடையாது, கண்ணுக்கு மை
> கிடையாது, கூந்தலுக்கு மலர் கிடையாது, செய்யக்கூடாத
> காரியங்களைச் செய்யமாட்டோம். கோள் சொல்ல மாட்டோம்
> (குறளை), அதிகாலையில் (நாட்காலே) குளித்துவிட்டு
> தகுந்தவர்களுக்குப் பொருளும் பிச்சையும் அவர்கள்
> ஏற்றுக்கொள்ளும் அளவுக்கு (ஆந்தனையும்) கொடுப்போம்.
> இப்படிப் பிழைக்கும் வழியை எண்ணி சந்தோஷப்படுவது
> எம் பாவை நோன்பு.

மார்கழி மாதத்தில் மட்டுமில்லாமல் எல்லா மாதங்களிலும்
பெண்கள் இப்படி இருந்துவிட்டால் உலகத்தில் கலகமே
இருக்காது என்பது யோசிக்கத்தக்கது. பெண்களின் அழகினாலும்
அலங்காரத்தினாலும் போர்களே நிகழ்ந்திருப்பதைச் சரித்திரம்
கூறுகிறது. ஆண்டாளின் நான்காவது திருப்பாவையில் ஓர்
அற்புதமான மழைக்காட்சியும் விஞ்ஞானக் குறிப்பும் உள்ளது.
மழை எப்படிப் பெய்கிறது என்று ஆண்டாள் விவரிப்பதை
இன்றைய வானிலை நிபுணர்கள் அப்படியே ஏற்றுக்கொள்வர்.

> ஆழி மழைக் கண்ணா ஒன்றும் நீ கைகரவேல்
> ஆழியுள் புக்கு முகந்துகொடு ஆர்த்தேறி
> ஊழி முதல்வன் உருவம்போல் மெய் கறுத்து
> பாழியந்தோளுடைய பற்பநாபன் கையில்
> ஆழிபோல் மின்னி வலம்புரி போல் நின்றதிர்ந்து
> தாழாதே சார்ங்கம் உதைத்த சரமழை போல்
> வாழ உலகினில் பெய்திடாய் நாங்களும்
> மார்கழி நீராட மகிழ்ந்தேலோர் எம்பாவாய் (471)

வருணனே! சிறிதும் ஒளிக்காதே (கை கரவேல்). சமுத்திரத்தின் உள்ளே புகுந்து, அங்கிருந்து நீரை முகர்ந்து, இடி இடித்து, ஆகாயத்தில் ஏறி, மாலின் மேனிபோல் கறுப்பாகி, அழகான தோள் கொண்ட பத்மநாபன் கையில் உள்ள சக்கரம் போல மின்னல் அடித்து, அவனுடைய சங்கம்போல அதிர்ந்து முழங்கி, அவனுடைய வில்லால் சிதறப் பட்ட அம்புகள்போல மழை பெய்து உலகம் அனைத்தும் வாழ, நாங்களும் அந்த மழையில் நனையப் பொழிவாயாக.

மழை எப்படிப் பெய்கிறது என்பதற்கு ஆண்டாள் இரண்டு விதமான படிமங்களைப் பயன்படுத்துவது அவரது கவிதைத் திறமையைக் காட்டுகிறது. ஒரு படிமம் திருமாலின் கரிய உடல், சங்கு, சக்கரம், வில், அம்பு இவற்றோடு மழையை ஒப்பிடுகிறார். மற்றதில் மழை பெய்வதின் இயற்கையான விளக்கத்தைத் தவறில்லாமல் தருகிறார்.

ஐந்தாவது திருப்பாவையில், 'மாயனை மன்னு வடமதுரை மைந்தனை வாயினால் பாடி மனத்தினால் சிந்தித்தால்' செய்த பாவங்களும் வரப் போகிற பாவங்களும் (போய பிழையும் புகுதருவான் நின்றனவும்) நெருப்பில் இட்ட தூசி போல அழிந்துவிடும் என்கிறார்.

ஆறாவது திருப்பாவையில் (புள்ளும் சிலம்பின காண்) அதிகாலைக் காட்சி நம்முன் விரிகிறது.

பறவைகள் ஒலிக்கின்றன. சங்கநாதம் நம்மை எழுப்புகிறது. பாற்கடலில் உறங்கும் திருமாலை முனிவர்களும் யோகிகளும் மெல்ல எழுப்புகிறார்கள். அவர்கள் 'அரி அரி' என்று அழைப்பது உள்ளத்தைக் குளிர்விக்கிறது.

ஏழாவது பாட்டில் (கீசு கீசென்று) இன்னும் அதிகாலைச் சப்தங்கள், ஆனைச் சாத்தன் என்னும் வலியன்குருவியின் கீச்சு கீச்சு சப்தம், ஆய்ச்சியர்கள் மத்தினால் ஓசைப்படுத்தும் தயிர் சப்தம், நாங்கள் நாராயணனைப் பாடும் பாட்டின் சப்தம் இவற்றை எல்லாம் கேட்டுக்கொண்டே படுத்திருக்கிறாயே, கதவைத் திற, என்கிறார்.

எட்டாவது பாட்டில் கீழ்வானம் வெளுக்கிறது, எருமைகள் மெல்லப் புறப்படுகின்றன.

ஒன்பதாவதில் (தூமணிமாடத்து) மணி மாடத்தில் சுற்றிலும் விளக்கெரிய, தூபம் கமழ, உறங்கும் மாமன் மகளை ஊமையா, செவிடா, களைப்பா, இப்படித் தூங்குகிறாளே மாமி என்று அதட்டி எழுப்புகிறார்.

பத்தாவது திருப்பாவையில், உன் தூக்கத்துக்குக் கும்பகர்ணன் தோற்றுப் போனான் என்கிறார்.

பதினொன்றாம் பாட்டில், என்ன இப்படி அசையாமல் பேசாமல் தூங்குகிறாய் என்று வியக்கிறார்.

பன்னிரண்டாம் பாட்டை முழுவதும் பார்ப்போம். ஆயர்பாடி யின் செல்வச் சிறப்பை விளக்கும் பாடல் இது.

> கனைத்திளங் கற்றெருமை கன்றுக் கிரங்கி
> நினைத்து முலை வழியே நின்று பால்சோர
> நனைத்தில்லம் சேறாக்கும் நற்செல்வன் தங்காய்
> பனித்தலை வீழ நின் வாசற் கடைபற்றிச்
> சினத்தினால் தென்னிலங்கைக் கோமானைச் செற்ற
> மனத்துக் கினியானைப் பாடவும் நீ வாய்திறவாய்
> இனித்தான் எழுந்திராய் ஈதென்ன பேருறக்கம்
> அனைத்தில்லத்தாரும் அறிந்தேலோர் எம்பாவாய் (485)

> இளம் கன்றைக் கொண்ட எருமை கனைத்து, தன் கன்றை நினைத்து வருந்த, அதன் மடியில் தானாகப் பால் வடிய வீட்டையே சேறாக்கும் இல்லத்தவனின் தங்கையே: எங்கள் தலைமேல் பனி விழ உன் வாசலில் காத்திருக்கிறோம். ராவணனைக் கொன்ற மனத்துக்கு இனிய ராமனைப் பாடுகிறோம். பேசாமல் இருக்கிறாய். இனியாவது எழுந்திரு. இது என்ன தூக்கம்? சுற்றத்தார் எல்லாருக்கும் தெரிந்து விட்டது.

திருப்பாவை பதிமூன்றாவது பாட்டில் (புள்ளின் வாய் கீண்டானை) 'வெள்ளி எழுந்து வியாழம் உறங்கிற்று' என்னும் அடியில் உள்ள வானவியல் குறிப்பை வைத்து திருப்பாவையின் காலத்தை கிபி 885 என்று ஆராய்ச்சியாளர்கள் அறுதி இட்டிருக் கிறார்கள் என்பதை ஏற்கெனவே சொன்னேன்.

பதினான்காம் பாட்டில் மேலும் காலைக் காட்சிகள் விரிகின்றன. உங்கள் வீட்டுக்குப் பின்னால் இருக்கும் குளத்தில் செங்கழுநீர்

பூத்துவிட்டது. ஆம்பல் மலர் கூம்பிவிட்டது. காவி உடை அணிந்த, வெண் பற்களைத் தவிர்த்த (பல் தேய்ப்பதைத் தவிர்த்த) துறவிகள் தங்கள் கோவில்களுக்குச் சங்கு ஊதப் போய்க்கொண்டிருக்கிறார்கள். எங்களை எழுப்புகிறேன் என்றாயே, நீயே தூங்குகிறாயே, எழுந்திரு, என்கிறார்.

பதினைந்தாம் பாட்டில் கடைசியாகத் தோழியை எழுப்ப முயன்றுவிட்டு, பதினாறாம் பாட்டில், வாயில் காப்போனைக் கதவைத் திறக்கச் சொல்கிறார். பதினேழாம் பாட்டில் நந்த கோபனையும், யசோதையையும், பலராமனையும் வாசு தேவனையும் ஒவ்வொருவராக எழுப்புகிறார்.

பதினெட்டாம் பாட்டில், நப்பின்னையை எழுப்புகிறார். பத்தொன்பதிலும் இருபதிலும் அவள் மார்பின்மேல் படுத் துறங்கும் கண்ணனை எழுப்புகிறார். இருபத்தொன்றிலும் அந்தத் துயிலெழுப்பும் முயற்சி தொடர்கிறது. இருபத்திரண்டாம் பாடலில் பெரிய பெரிய அரசர்கள் எல்லாம் தம் அகங்காரம் குலைத்து, உன் கட்டில் அடியில் காத்திருக்கிறார்கள்; உன் தாமரை போன்ற கண்களால் சூரியனும் சந்திரனும் ஒரே சமயத்தில் பார்ப்பதுபோல் எங்களை ஒருமுறை பார்த்தால் எங்கள் சாபம் எல்லாம் நீங்கும் என்கிறார்.

இருபத்து மூன்றாம் பாடலில், கண்ணன் எழுந்திருப்பதை மழைக் காலத்தில் குகைக்குள் படுத்திருக்கும் சிங்கம் விழிப்பதுடன் ஒப்பிடுகிறார். பிடரியைச் சிலிர்த்துக்கொண்டு சிம்மாசனத்தில் அமர்ந்து நாங்கள் வந்த காரியத்தைக் கேள் என்கிறார்.

இருபத்து நான்கில், திருமாலின் அவதாரங்களைச் சொல்கிறார். அன்று உலகம் அளந்தவனே, தென் இலங்கையை வென்ற வனே, சகடாசுரனை உதைத்தவனே, கன்றின் ரூபத்தில் வந்த அசுரனை வென்றவனே, கோவர்த்தனத்தைக் குடையாகப் பிடித்தவனே, பகைவர்களைக் கெடுக்கும் வேல் கொண்டவனே, உன்னைப் போற்றுகிறோம். உனக்கு என்றென்றும் சேவகம் பண்ணுகிறோம். உன்னிடமிருந்து பறை கொள்வதற்காக வந்திருக்கிறோம் என்கிறார்.

இருபத்தைந்தாம் பாட்டில், தேவகிக்கு மகனாகப் பிறந்து, ஓர் இரவில் யசோதையின் மகனாக ஒளிந்து வளர்ந்து, அதையும் பொறுக்காத கம்சனின் கருத்தை வீணாக்கி, அவனுடைய வயிற்றில் நெருப்பைக் கட்டிய திருமாலே, உன்னை

யாசித்துக்கொண்டு வந்தோம். பறை தருவாய். உன்னை நாங்கள் பாடி வருத்தம் தீர்வோம் என்கிறார்.

இருபத்தாறாம் பாடலில், மாலே, மணிவண்ணா, மார்கழி நீராடுவதற்கும் பாவை நோன்புக்கும் ஏற்ற உபகரணங்களைக் கொடுத்தருள்வாய். பால்நிறம் கொண்ட உன் சங்கைப் போலச் சங்கங்களும், பறை, அழகான விளக்கு, கொடி, விதானம் இவையெல்லாம் அருள்வாய் என்று வேண்டுகிறார்.

இருபத்தேழில், பகைவரை வெல்லும் கோவிந்தனே, உன்னைப் பாடிப் பறை கொண்டால் எங்களுக்குக் கிடைக்கப்போகும் சன்மானங்கள் இவை: சூடகம், தோள்வளை, தோடு, செம்பூ, பாடகம் போன்ற பல ஆபரணங்கள், பட்டாடைகள், முழங்கை வரை நெய் வழியும் பால்சோறு, இவை எல்லாம் கிடைத்து மகிழ்வோம் என்கிறார்.

இருபத்தெட்டாம் பாடலை முழுவதும் பார்க்கலாம்.

கறவைகள் பின் சென்று கானம் சேர்ந்துண்போம்
அறிவொன்றும் இல்லாத ஆய் குலத்து உன்தன்னைப்
பிறவி பெறுந்தனைப் புண்ணியம் யாமுடையோம்
குறையொன்றும் இல்லாத கோவிந்தா, உன்தன்னோடு
உறவேல் நமக்கு இங்கு ஒழிக்க ஒழியாது
அறியாத பிள்ளைகளோம் அன்பினால் உன்தன்னை
சிறுபேர் அழைத்தனவும் சீறி அருளாதே
இறைவா நீ தாராய் பறை ஏலோர் எம்பாவாய் (501)

பசுக்களின் பின்னே சென்று காடுகளில் உண்போம். அறிவு அதிகம் இல்லாத எங்கள் ஆயர் குலத்தில் நீ வந்து பிறந்த புண்ணியம் உடையவர்கள் நாங்கள். குறையே இல்லாத கோவிந்தா, உன்னோடு எங்கள் உறவு உன்னாலும் எங்களாலும் ஒழிக்க முடியாத பரஸ்பர உறவு. அறியாத சிறு பெண்களான நாங்கள் உன்னை அன்பினால் சின்னச் சின்னப் பெயர்களாலே அழைக்கிறோம். கோபித்துக்கொள்ளாதே. இறைவனே, நாங்கள் விரும்பும் பறை தருவாய்.

த்வயம், சரம ஸ்லோகம் இரண்டும் வைணவர்களுக்கு மிக முக்கியம். இவற்றின் முற்பாதியை இப்பாடல் விளக்குவ தாகவும், பிற்பாதியை அடுத்த பாடல் விளக்குவதாகவும்

வியாக்யானம் செய்கிறார்கள். ஒழிக்க ஒழியாத உறவு என்பது, பகவானுக்கும் பக்தனுக்கும் உள்ள பரஸ்பர பந்தத்தை நிலை நிறுத்துகிறது. இதுவும் வைணவத்தின் ஆதாரக் கருத்துகளில் ஒன்று.

இருபத்தொன்பதாம் பாடலும் மிக முக்கியமான பாடல்.

> சிற்றம் சிறுகாலே வந்துன்னைச் சேவித்து உன்
> பொற்றாமரை அடியே போற்றும் பொருள் கேளாய்
> பெற்றம் மேய்த்துண்ணும் குலத்தில் பிறந்த நீ
> குற்றேவல் எங்களைக் கொள்ளாமல் போகாது
> இற்றைப் பறை கொள்வான் அன்றுகாண் கோவிந்தா
> எற்றைக்கும் ஏழேழ் பிறவிக்கும் உன்தன்னோடு
> உற்றோமே ஆவோம் உனக்கே நாம் ஆட்செய்வோம்
> மற்றை நம் காமங்கள் மாற்றேலார் எம்பாவாய் (502)

> அதிகாலையில் வந்து உன்னைச் சேவித்து, உன் தாமரைப் பாதங்களைப் போற்றுவதன் பலனைக் கேளாய், மாடு மேய்க்கும் குலத்தில் பிறந்த நீ எங்கள் சிறு கைங்கர்யங்களை ஏற்றுக்கொண்டே ஆகவேண்டும். இன்று ஒரு நாள் பறை கொள்வதற்காக மட்டும் நாங்கள் வரவில்லை. எப்போதும் எத்தனை பிறவி எடுத்தாலும் உன்னோடு உறவு கொண்டவர்கள் நாங்கள். உனக்கு நாங்கள் அடிமை. எங்களுடைய மற்ற விருப்பங்களை மாற்றிவிடு.

திருப்பாவை நிறைவு செய்யும் முப்பதாம் பாடல், பட்டரின் மகளான கோதை சொன்ன சங்கத் தமிழ்மாலை முப்பதையும் தப்பில்லாமல் சொல்பவர்கள் திருமாலின் திருவருள் பெற்று இன்புறுவர் என முடிகிறது.

இந்த முப்பது பாடல்களையும் நோக்கும்போது ஆண்டாள் பெரும்பாலும் தன் தோழிகளையும் கண்ணனின் உறவினர்களை யும், இறுதியில் கண்ணனையும் துயில் எழுப்புகிறார். ஒன்பதாம் நூற்றாண்டிலிருந்து ஒரு பெண் தன் தோழிகளிடம் விழிப் புணர்வை ஏற்படுத்தி, நீங்கள் வெறும் போகப் பொருள்கள் அல்ல; பகவானையே எழுப்பி நீங்கள் விரும்பும் பறையைக் கேட்கலாம்; புறத் தூய்மையாலும் அகத்தூய்மையாலும் அவனை அடைய உங்களால் முடியும் என்ற புது நோக்கில் அவரை ஒரு புரட்சிகரப் பெண்ணாகப் பார்க்க முடிகிறது.

ஆண்டாளின் 'நாச்சியார் திருமொழி'யின் 142 பாடல்களைப் பலர் பலவிதத்தில் ஆராய்ந்திருக்கிறார்கள். சிலர் கொச்சைப் படுத்தி இருக்கிறார்கள். சிலர் மிக ஆழ்ந்த விசிஷ்டாத்வைதக் கருத்துகளைக் கண்டிருக்கிறார்கள். ஆண்டாளைப் படிப்பவர்கள் ஏதோ ஒருவிதத்தில் அவர் பாடல்களால் பாதிப்பு அடையாமல் இருக்கவே முடியாது.

ஒரு பெண் தன் காதலை அடையச் செய்யும் பிரார்த்தனைகள், குட்டி தெய்வங்களிடம் வேண்டுகோள்கள், சிறு நம்பிக்கைகள் இவற்றை எல்லாம் அழகாகச் சித்திரிக்கும் பலவகைப் பாடல்கள் உள்ளன. அவள் காதலன் மானுடன் அல்லாமல் திருமால் என்று உயரும்போது அதில் உள்ள காதல் உணர்ச்சிகள் எல்லாம் தூய்மை அடைகின்றன. இருந்தாலும் அவள் காட்டும் விருப்பம் மிகமிக மனம் சார்ந்தது; அந்தரங்கமும் அன்னியோன்யமும் எச்சிலும் வாசனைகளும் கொண்டது.

கடவுளா, மனிதனா, பக்தியா, காதலா என்கிற இருநிலை, நாச்சியார் திருமொழியில் எப்போதும் விரவியிருக்கிறது. ஆண்டாள் தனக்காகப் பாடுகிறார். சிறுமிகளுக்காகப் பாடுகிறார். ஆயர்பாடிப் பெண்களுக்காகப் பாடுகிறார். கூடலைக் குறிப்புகள் கேட்கிறார். குயில், மேகம் போன்றவற்றைத் தூது விடுகிறார். நேராக வழிபடுகிறார். கனவுகளில் திருமாலை மணந்து கொள்கிறார். இப்படிப் பலவித உணர்வுகளைக் காட்டும் நாச்சியார் திருமொழி, ஓர் இளம் பெண்ணிடம் இத்தனை எண்ணங்களா, சொல்லாட்சியா, இத்தனை அழகான வரிகளா என்று வியக்கவைக்கின்றன. உலக இலக்கியத்தில் வேறு எந்த மொழியிலும் இவ்வகையிலான கவிதைகள் இருப்பதாக என் குறுகிய அறிவுக்குத் தெரியவில்லை. காரைக்கால் அம்மையார், சில சங்ககால அகத்துறைப்பாடல்கள், கன்னடத்தில் அக்கமாதேவியின் வசனங்கள், மீரா பஜன் போன்றவை ஆண்டாளின் கவிதைகளுக்கு அருகில் வருகின்றன. ஆனால், ஆண்டாள் தருவது முழுமையான, உடலையும் உள்ளத்தையும் இரண்டறக் கலக்கும் அனுபவம்.

நாச்சியார் திருமொழியின் முதல் பத்து பாடல்கள் காமனைத் தொழுதலுடன் தொடங்குகிறது.

காமதேவா, உன்னை மட்டும் இல்லை. உன் தம்பியையும் கும்பிடுகிறேன். வேங்கடப் பெருமாளிடம் என்னை அனுப்பு

என்று தொடங்குகிறார். (வேங்கடவற்கு என்னை விதிக்கிற்றியே).
இரண்டாம் பாட்டில் ஓர் அருமையான காலைக்காட்சி.

வெள்ளை நுண்மணல் கொண்டு தெருவணிந்து
வெள்வரைப்பதன் முன்னம் துறைபடிந்து
முள்ளுமில்லாச் சுள்ளி எரி மடுத்து
முயன்றுன்னை நோற்கின்றேன் காமதேவா
கள்ளவிழ் பூங்கணை தொடுத்துக்கொண்டு
கடல்வண்ணன் என்பதோர் பேரெழுதி
புள்ளினை வாய்பிளந்தான் என்பதோர்
இலக்கினில் புகவென்னை எய்கிற்றியே (505)

பிரமிப்பூட்டும் இந்தப் பாடலில் காமன் பண்டிகைக்கு
ஆண்டாள் அதிகாலையில் எழுந்து தெருவில் கோலம் போட்டு
நீராடி முள் இல்லாத சுள்ளிகளைக் கவனமாகப் பொறுக்கி, தீயில்
இட்டு, 'கஷ்டப்பட்டு உன்னை நோற்கின்றேன் காமதேவா,
புதிய பூக்களால் ஓர் அம்பு கட்டி, அதில் கடல்வண்ணன் என்று
பேர் எழுதி அவனை இலக்காக வைத்து என்னை எய்விப்பாய்'
என்று தன்னையே அனுப்பிக் கொள்கிறார்.

எய்வதையும் எய்விப்பதையும் மாற்றுகிறார்.

மனதை ஒரு வில்லாக்கி வாலறிவை நாணாக்கி
எனதறிவை அம்பாக்கி எய்வதினி எக்காலம்

என்று பத்திரகிரியார் பிற்காலத்தில் புலம்பினார்.

வெவ்வேறு காரணங்களுக்காக அடிக்கடி எடுத்துக்காட்டப்படும்
ஆண்டாள் பாசுரம் ஒன்று முதல் பத்தில் உள்ளது.

வானிடை வாழும் அவ்வானவர்க்கு
மறையவர் வேள்வியில் வகுத்த அவி
கானிடைத் திரிவதோர் நரி புகுந்து
கடப்பதும் மோப்பதும் செய்வதொப்ப
ஊனிடை ஆழி சங்கு உத்தமர்க்கென்று
உன்னித் தெழுந்த என்தட முலைகள்
மானிடவர்க்கென்று பேச்சுப் படில்
வாழகில்லேன் கண்டாய் மன்மதனே (508)

தேவர்களுக்காக அந்தணர்கள் யாகங்களில் சேர்த்த அவிசை
(உணவை) காட்டில் திரியும் நரி புகுந்து மோப்பம் பிடிப்பது

போல, உடலைப் பிளக்கும் (ஊனிடை) சக்கரமும் சங்கமும் தாங்கிய திருமாலுக்கு என்று ஏற்பட்ட என் மார்பகங்கள் மனிதர்களுக்காக என்கிற வார்த்தை காதில் பட்டாலே என்னால் வாழ முடியாது! தெரிந்து கொள் மன்மதனே!

வாலண்டைன்ஸ் டே (காதலர் தினம்) என்றெல்லாம் கொண்டாடுகிறார்கள். அதற்கு 'ஆண்டாள் தினம்' என்று பெயர் மாற்றலாம். அந்த அளவுக்குக் காதல் தெய்வமான மன்மதன் பண்டிகைக்கான விவரங்கள் தருகிறார். மதமத்தம் பூவும் முருக்கம் பூவும் சேர்த்து, சுவரில் மன்மதன் பேரை எழுதி, பெண் கவரிமானைப் பிடித்துக் கட்டி, கரும்பை வில்லாகக் கட்டித் தந்து, நெல், கரும்பு, கட்டியரிசி படைத்து, உதடுகளை வெண்மையாக்கி, தலையுலர்த்தி, ஒருவேளை மட்டும் உண்டு (இது போன்ற பழக்கங்கள் அந்த நாட்களில் இருந்திருக்க வேண்டும்) இவை எல்லாம் செய்கிறேன்; திருமாலை மட்டும் எனக்கு கட்டி வை என்கிறபோது, மிக மிக யதார்த்தமான ஒரு மானுட நோன்பைத் தெய்வத்தை அடையப் பயன்படுத்தும் போது, அதன் குறிக்கோள் கொச்சை நீக்கப்படுகிறது. காமம் காதலாகி, பக்தியாகிறது.

பெண்களில் சிலருக்கு இளமை, அழகு போன்றவை ஒரு சுமை யாக, உபத்திரவமாக, இருக்கிறது. மனிதர்களைக் கல்யாணம் செய்வதும் பிள்ளை பெறுவதும் பிடிக்காமல் தெய்வத்தை நாடும் ஒருவிதமான மனப்பாங்கு எல்லா நூற்றாண்டுகளிலும் சில பெண்களுக்கு இருந்து வந்திருக்கிறது. இன்றுகூட அப்படிப் பட்ட சிலரை நாம் பார்க்கலாம். அவ்வையார், காரைக்கால் அம்மையார், மணிமேகலை, அக்கமாதேவி, மீரா போன்றவர்கள் உதாரணம். இந்த மரபில் வந்த கிறிஸ்தவக் கன்னியாஸ்த்ரீகள், புத்த பிக்குணிகள், பிரம்மகுமாரிகள் இவர்களுக்கெல்லாம் ஆண்டாள் ஒரு முன்னோடி என்று சொல்லலாம். 'மானிடவர்க் கென்று பேச்சுப்படில் வாழகில்லேன்' என்பதுதான் அவர்கள் எண்ணங்களின் சாரம். இந்தப் பாடல்களின் ஆழ்ந்த கருத்துகளில் சிற்றின்பத்திலிருந்து பேரின்பம் நாடும் தத்துவத்தையும் பார்க்க முடிகிறது.

காமனை வேண்டிக்கொண்ட ஆண்டாள், அடுத்த பத்து பாசுரங் களை நதிக்கரையில் மணல் வீடு கட்டும் சிறுமிகளிடம், 'எங்கள் சிறிய வீட்டைக் கலைக்காதே, நாங்கள் போட்ட கோலங்களைச் சிதைக்காதே' என்று கெஞ்சும் பாடல்களாக யாத்திருக்கிறார்

இன்று முற்றும் முதுகு நோவ
        இருந்து இழைத்த இச்சிற்றிலை
நன்றும் கண்ணுற நோக்கி நாங்கொளும்
        ஆர்வம் தன்னைத் தணிகிடாய்
அன்று பாலகனாகி ஆலிலை
        மேல் துயின்ற எம்ஆதியாய்
என்றும் உன்தனுக்கு எங்கள் மேல்
        இரக்கம் எழாதது எம் பாவமே (515)

இன்று முழுவதும் முதுகு வலிக்க இழைத்தது இந்த மணல் வீடு. இதை முழுவதும் பார்த்து மகிழும் சந்தோஷத்தைக் குறைத்துவிடாதே (தணிகிடாய்). அன்று சிறுவனாகி ஆலிலைமேல் துயின்ற உனக்கு எங்கள் மேல் இரக்கம் இல்லாதது எங்கள் பாவமே!

இதே போல் நாங்கள் போட்ட கோலத்தை அழிக்காதே என்று வேண்டுகிறார்கள்.

வெள்ளை நுண்மணல் கொண்டு சிற்றில்
        விசித்திரப்பட வீதிவாய்த்
தெள்ளி நாங்கள் இழைத்த கோலம்
        அழித்தியாகிலும் உன்தன் மேல்
உள்ளம் ஓடி உருகலல்லால்
        உரோடம் ஒன்றும் இலோம் கண்டாய்
கள்ள மாதவா கேசவா உன்
        முகத்தன கண்கள் அல்லவே! (518)

நுட்பமான வெள்ளை மணல் கொண்டு ஆச்சரியப்படும் படியாக (விசித்திரப்பட) நாங்கள் அமைத்த கோலத்தை அழித்தாலும் உள்ளம் உருகுமே தவிர, உன்மேல் கோபம் ஒன்றும் இல்லை எங்களுக்கு. மாதவா, கேசவா, உன் முகத்தில் இருப்பவை கண்கள் அல்ல!

ஆழ்வார்கள் காலத்தில் ஜ, ஷ, ஸ, ஹ போன்ற கிரந்த எழுத்துகள் தமிழுக்கு வரவில்லை. சமஸ்க்ருத வார்த்தைகளை அவர்கள் அழகாகத் தமிழ்ப்படுத்தினார்கள். உரோடம் என்பது, ரோஷம் என்ற வடசொல்லின் தமிழ் மாற்றம். கிரந்த எழுத்துகள் இல்லாவிடினும் அழகான தமிழ் எழுதமுடியும் என்பதற்கு ஆழ்வார் பாடல்களும் கம்பனும் உதாரணங்கள்.

அடுத்த பத்து பாசுரங்களை, அதிகாலை பொய்கையில் குளிக்கச் சென்ற கன்னிப் பெண்களில் ஒருத்தியாகத் தன்னை எண்ணிக் கொண்டு கண்ணன் அவர்கள் ஆடைகளைக் கவர்ந்து செல்ல, அவனிடம் 'திருப்பித் தா' என்று கெஞ்சுவதாகவும் ஆண்டாள் எழுதியிருக்கிறார்.

கோழி அழைப்பதன் முன்னம்
குடைந்து நீராடுவான் போந்தோம்
ஆழியஞ்செல்வன் எழுந்தான்
அரவணைமேல் பள்ளி கொண்டாய்
ஏழைமை யாற்றவும் பட்டோம்
இனியென்றும் பொய்கைக்கு வாரோம்
தோழியும் நானும் தொழுதோம்
துகிலைப் பணித்தருளாயே (524)

அதிகாலையில் நீராட வந்தோம். நீயும் எழுந்து வந்துவிட்டாய். ஏழைகள் நாங்கள். எங்கள் உடைகளை அருள்கூர்ந்து தந்துவிடு (பணித்தருளாய்). இனிமேல் பொய்கைக்கு வரமாட்டோம்.

இந்தப் பாடலைப் பார்க்கையில், 'இந்தப் பொய்கையில் பெண்கள் குளிக்கக்கூடாது' என்று அறிவிப்பு போட்டிருந்ததோ என்று எண்ணத்தோன்றும் ஒரு நாடகக் காட்சி ஆகிறது.

அடுத்தடுத்தது 'எப்படி இங்கு வந்தாய்? எங்கள் வீட்டினர் இந்தக் கோலத்தில் பார்த்தால் திட்டுவார்கள். கண்ணீரை அடக்கினாலும் நிற்கவில்லை. தாமரைப் பொய்கையில் வாளை மீன்கள் காலைக் கதுவுகின்றன (கவ்வுகின்றன). எத்தனை நேரம் நீருள் நிற்கிறோம். எங்கள் ஆடைகளைக் கொடுத்துவிடு' என்கிறார்.

தலைவனைப் பிரிந்த பெண்கள் அவன் வருவான் என்று நிமித்தம் அறியத் தரையில் சுழித்து அது கூடுகிறதா என்று பார்க்கும் வழக்கம் - கூடல் குறிப்பு - என்று அந்த நாட்களில் இருந்திருக்கிறது. ஆண்டாள் இந்த வகையில் பத்து பாடல்கள் எழுதியுள்ளார்.

திருமால் வருவதற்காகக் கூவுவாய் என்று குயிலைக் கேட்கிறார். 'உன்னொடு தோழமை கொள்வன் குயிலே உலகளந்தார் வரக் கூவுவாய்' என வேண்டுகிறார்.

ஆண்டாளின் மிகப் பிரசித்தி பெற்ற பத்து பாடல்கள் அவருடைய கனவுகளின் தொகுப்பு.

ஆயிரம் யானைகள், தோரணங்கள், பாளை, கமுகு, இந்திரன் உள்ளிட்ட தேவர்கள், நான்கு திசைகளிலிருந்து தீர்த்தங்கள், மத்தளம், சங்கம், முத்துப்பந்தல், தீவலம், அம்மி மிதித்தல், பொரி தட்டல், குங்குமம், சாந்தம், மங்கல வீதிவலம், மஞ்சனம் என்று அமர்க்களமான கல்யாணம் (தாலி கட்டுவதை மட்டும் ஏனோ குறிப்பிடவில்லை).

இதில் சிறந்த பாடல் ஒன்று,

இம்மைக்கும் ஏழேழ் பிறவிக்கும் பற்றாவான்
நம்மையுடையவன் நாராயணன் நம்பி
செம்மையுடைய திருக்கையால் தாள் பற்றி
அம்மி மிதிக்கக் கனாக்கண்டேன் தோழீ நான் (563)

நாராயணனைப் பற்றாகக் கொண்டால் எத்தனை பிறவி எடுத்தாலும் அவன் துணையிருப்பான் என்கிற கருத்து, பௌத்த மதத்தினரின் மிகப் பெரிய கவலைக்குப் பதிலாக உள்ளது. திரும்பத் திரும்பப் பிறக்கும் சக்கரத்திலிருந்து எப்படி விடுபடுவது என்பதுதான் புத்தரின் கவலையாக இருந்தது. அதை நீக்கும் வகையில் எத்தனை பிறவி எடுத்தாலும் நாராயணன் பற்றாவான் என்கிறார் ஆண்டாள்.

அடுத்த பத்தும் சிறப்பானவையே. நாராயணன் வாய்வைத்து முழங்கிய சங்கிடம் சில கேள்விகள் கேட்கிறார்.

கருப்பூரம் நாறுமோ? கமலப்பூ நாறுமோ?
திருப்பவளச் செவ்வாய்தான் தித்தித்திருக்குமோ?
மருப்பொசித்த மாதவன்தன் வாய்ச்சுவையும் நாற்றமும்
விருப்புற்றுக் கேட்கின்றேன் சொல்லாழி வெண் சங்கே! (567)

அவன் உதடுகள் என்ன வாசனை? கற்பூரமா? தாமரைப் பூவா? அவன் வாய் தித்திக்குமா? விரும்பித்தான் கேட்கிறேன். சொல், சங்கே!

ஆண்டாளின் இப்பாட்டு அவள் பகவான்மேல் கொண்ட வெறியை, அதீத இச்சையை வெளிப்படுத்துகிறது;-

உள்ளே உருகி நைவேனை
உளளோ இலளோ என்னாத
கொள்ளை கொள்ளிக் குறும்பனை
கோவர்த்தனனைக் கண்டக்கால்

கொள்ளும்பயன் ஒன்றில்லாத
    கொங்கை தன்னைக் கிழங்கோடும்
அள்ளிப் பறித்திட்டு அவன் மார்வில்
    எறிந்தென் அழலைத் தீர்வேனே (634)

நான் உள்ளுக்குள் உருகி வேதனைப்படுகிறேன். இருக்
கிறேனா, செத்தேனா என்று அவன் கண்டுகொள்ள வில்லை.
அந்த கோவர்த்தனனைப் பார்த்தால் எந்தப் பயனும் இல்லாத
இந்த என் மார்பகங்களை அடியோடு (கிழங்கோடும்)
அள்ளிப் பறித்து அவன் மார்பில் வீசி என் உஷ்ணத்தை
(அழலை) தீர்வேன்.

ஆண்டாள் தன் அழகான மேனியின் மிக அழகான அடை
யாளங்களைப் பிடுங்கி எறிய விரும்புவது அவள் பெண்
என்பதால் அடையும் வேதனையைப் பல படிமங்களில் இயக்கு
கிறது. அவளுடைய பெண்மையை மறக்க, ஏன் மறுக்க
விரும்புகிறாள்.

8. திருமங்கை ஆழ்வார்

திருமங்கையாழ்வார் சோழ நாட்டில் திருவாலி திருநகரிக்கு மிக அருகில் உள்ள திருக்குறையலூரில் பிறந்தார்.

பரமேசுவரன், நந்திவர்மன் போன்ற பல்லவ மன்னர்களைப் பற்றிய குறிப்புகள் இவர் பாடல்களில் இருப்பதால், இவரை எட்டாம் நூற்றாண்டின் பிற்பகுதியைச் சேர்ந்தவர் என்று சொல்ல முடிகிறது. நள வருஷத்தில் கார்த்திகை மாதம் பௌர்ணமியும் கார்த்திகை நட்சத்திரமும் சேர்ந்த தினத்தில் பிறந்ததாகக் குறிப்புகள் உள்ளன. இவருக்குப் பெற்றோர் இட்ட பெயர் நீலன். இளம் வயதிலே போர்த் திறமைகள் பயின்றார். தந்தைக்குப்பின் சோழ மன்னனின் சேனாதிபதியாக அமர்ந்து பல போர்களில் வெற்றி பெற்று பரகாலன் (எதிரிகளின் எமன்) என்ற பெயர் பெற்றார். இவருடைய வீரத்துக்குப் பரிசாகச் சோழ மன்னன் இவரை திருமங்கை என்னும் குறு நிலத்துக்கு அரசனாக முடிசூட்டினார்.

திருமங்கை மன்னனை ஒருவிதமான ரிபெல் (rebel) என்று சொல்லலாம். தமிழில் நல்ல

ஈடுபாடு கொண்டிருந்தார். பெண்களிடமும் சற்று ஈடுபாடு அதிகம் உள்ளவராக இருந்தார்.

வாணிலா முறுவல், சிறுநுதல் பெருந்தோள்
மாதரார் வனமுலைப் பயனே
பேணினேன்...
...
...
... இளையவர் கலவியின் திறத்தை
நாணினேன்... (998)

என்று அழகான புன்னகை. சின்ன நெற்றி, பெரிய தோள்களைக் கொண்ட பெண்களைப் பேணியதற்கு நாணினேன் என்று கன்ஃபெஷன் தொனியில் பல பாடல்கள் பாடியுள்ளார். இளம் வயதில் வாலிபமும் வீரமும் பொருந்திய இளைஞராகத் திகழ்ந்தவரின் வாழ்க்கையை ஒரு பெண் திசை திருப்பினாள். குளத்தில் ஓர் அழகான பெண்ணைப் பார்த்தார். விசாரித்ததில் பெயர் குமுதவல்லி, திருவெள்ளக்குளத்தில் ஒரு வைணவ வைத்தியரின் வளர்ப்பு மகள் என்று தெரிந்தது. நீலன் இவளுடைய அழகால் கவரப்பட்டு திருவெள்ளக்குளத்துக்கு வந்து அவள் தந்தையிடம் ஆடை ஆபரணங்களைப் பரிசாக வைத்து இவளை எனக்குக் கட்டிக்கொடும் என்று கேட்டார்.

பெண்ணோ பிராமணப் பெண். இவர் கள்ளர் ஜாதி. இருந்தும் தந்தை, பெண்ணுக்கு சம்மதம் என்றால் எனக்கு ஆட்சேபணை இல்லை என்று சொல்லிவிட்டார். பெண்ணைக் கேட்டதில் நான் ஒரு வைணவனுக்குத்தான் வாழ்க்கைப்படுவேன் என்று சொல்லி விட்டாள். அவ்வளவுதானே. நான் வைணவன் ஆகிவிடுகிறேன் என்று திருமங்கை மன்னன் திருநறையூர் நம்பியிடம் சென்று, என்னை பரம வைணவன் ஆக்கிவிடும் என்று வேண்டிக்கொள்ள, நம்பியிடமிருந்து வைணவர்கள் தீட்சையில் பெறும் பஞ்ச சம்ஸ்காரங்களான சங்கு சக்கர முத்திரை, தாச நாமம், திருமந்திரம், நெற்றிக்குத் திருமண், ஸ்ரீசூர்ணம், திருவாராதனை நியமங்கள் போன்றவற்றைப் பெற்றார். திருவெள்ளக்குளத்துக்கு வந்து இப்போது நான் பரம வைணவன் ஆகிவிட்டேன். என்னை மணம் செய்வாய் என்று குமுதவல்லியிடம் கேட்க, அந்தப் பெண் இன்னொரு நிபந்தனை வைத்தாள். ஒரு வருஷம் தினந்தோறும் ஆயிரம் பேருக்குச் சோறுபோடச் சம்மதமா என்று கேட்டாள்.

பரகாலன் விரும்பினதை அடைந்தே தீர்பவர். பின்விளைவுகளை யோசிக்காமல் அதற்கும் சம்மதம் தெரிவிக்க திருமணம் நடைபெற்றது. தினம் ஆயிரம் பேருக்குச் சோறு போடும் செலவைச் சமாளிப்பது ஒரு குறுநில மன்னனுக்குக்கூடக் கஷ்டமாக இருந்தது. திருமங்கை மன்னன் அரசனுக்குக் கொடுக்கவேண்டிய திறையையும் செலவழித்துவிட்டார். அரசன் கோபங்கொண்டு அவரைக் கைது செய்யக் காவலர்களை அனுப்ப, திருமங்கை மன்னன் தன்னுடைய 'ஆடல்மா' என்ற குதிரை மேல் ஏறிக்கொண்டு அவர்களை அடித்து விரட்டி விட்டார். அரசனுக்கு மேலும் கோபம் மூண்டது. ஒரு பெரும் படையை அனுப்பி அவரைத் தோற்கடித்துச் சிறை வைத்தார். திறையைக் கொடுத்தால் சிறை இல்லை என்றார்.

திருமங்கை மன்னன், மந்திரியை என்னுடன் காஞ்சிக்கு அனுப்புங்கள்; காஞ்சியில் பொருள் கிடைக்கும் என்றார். அரசனும் தன் மந்திரியை உடன் அனுப்ப, காஞ்சிபுரத்துக்கு வந்தார். வேகவதி நதிக்கரையில் அவருக்குப் புதையல் கிடைத்தது. அரசனுக்குக் கொடுக்கவேண்டிய பாக்கியைக் கொடுத்துவிட்டு மிச்சமுள்ள தனத்தை அன்னதானத்துக்கு வைத்துக்கொண்டார். திருமங்கை மன்னன் தன் ததியாராதனப் பணியைத் தொடர்ந்தார்.

மீண்டும் பணத் தட்டுப்பாடு. பரகாலன் ஒரு விநோதமான முடிவெடுத்தார். வழிப்பறி! செல்வந்தர்களிடமிருந்து பணத்தைப் பறித்து ஏழைகளுக்கு அன்னதானம் செய்த அந்தக் காலத்து ராபின்ஹூட் அவர். நான்கு தேர்ந்த கூட்டாளிகளை உடன் வைத்துக்கொண்டு வழிப்பறி செய்தார். அந்தப் பணத்தை வைத்து ஏழை வைணவர்களுக்குச் சோறு போட்டார்.

இந்த விந்தையான பக்தனைத் திருமால் சந்திக்க விரும்பினார். புது மணத் தம்பதிகள் போல வேடம் இட்டுக்கொண்டு ஆடை ஆபரணங்கள் பளபளக்க திருவாலிக்கு அருகே திருமணங் கொல்லை என்னும் இடத்தில் அரசமரத்தின் அருகில் பதுங்கி யிருந்த திருமங்கை மன்னன்முன் அவர்கள் நடந்து சென்றார்கள். இன்று நமக்குப் பெரிய வேட்டை என்று அத்தம்பதியைச் சூழ்ந்துகொண்டு 'கழற்று எல்லா நகைகளையும்' என்று கத்தியைக் காட்டி மிரட்டினார்.

பகவான் எல்லா நகைகளையும் கழற்றிக் கொடுத்தார். கால் விரலில் ஒரு ஆபரணத்தைக் கழற்ற முடியவில்லை. பரகாலன்

இதையும் விடமாட்டேன் என்று சொல்லி, குனிந்து வாயால் கடித்துத் துண்டித்து எடுத்தார். 'சரியான கலியனப்பா நீ' என்று பகவான் அவனுக்கு 'கலியன்' (பலமுடையவன்) என்று பெயரிட்டார். பகவானின் நகைகளை மூட்டை கட்டி, அதை எடுத்துச் செல்ல முயன்றபோது மூட்டை கனமாக இருந்தது. என்னதான் முயன்றாலும் தரையை விட்டு எடுக்கவரவில்லை.

பரகாலன், 'யாரப்பா நீ? மந்திரவாதியோ? என்ன மந்திரம் பண்ணி இதை இத்தனை கனமாக்கினாய்? சொல்' என்று அதட்ட, நாராயணன் அவர் காதில் அஷ்டாக்ஷரம் என்னும் எட்டு எழுத்து கொண்ட 'ஓம் நமோ நாராயணாய' என்னும் மந்திரத்தைச் சொன்னார். திருமங்கை மன்னன் அவரை ஆச்சரியத்துடன் நிமிர்ந்து பார்க்க, நாராயணன் தன் திரு உருவில் இலக்குமியுடன் கருடன் மேல் தரிசனம் தர, அவருடைய அஞ்ஞான இருள் அகன்றது.

உடனே அவர் பாடிய பாசுரம்:

வாடினேன் வாடி வருந்தினேன் மனத்தால்
    பெருந்துயர் இடும்பையில் பிறந்து
கூடினேன் கூடி இளையவர் தம்மோடு
    அவர்தரும் கலவியே கருதி
ஓடினேன் ஓடி உய்வதோர் பொருளால்
    உணர்வெனும் பெரும்பதம் திரிந்து
நாடினேன் நாடி நான் கண்டுகொண்டேன்
    நாராயணா என்னும் நாமம் (948)

திருமங்கை ஆழ்வாரின் பாசுரங்களின் அடிநாதம் நாராயணன் என்னும் நாமத்தைக் கண்டு கொண்டது. தின வாழ்வில் செல்வங் களையும் சுகங்களையும் தேடி அலைந்துவிட்டு, உணர்வால் அந்தப் பெயரின் கடவுள் தன்மையை அறிந்துகொள்ளும் ஒரு கண்டுபிடிப்பு. வியப்பும், கடந்த காலத் தவறுகளுக்கு வருந்து வதும் அவர் பாடல்களில் நிறைய இருக்கும். அவர் ஒரு தேர்ந்த கவிஞர் என்பதும் தெரியவருகிறது. நாலாயிர திவ்வியப் பிரபந்தத்தில் திருமங்கை ஆழ்வார் 'பெரிய திருமொழி' என்ற பிரிவில் ஏறக்குறைய 1100 பாடல்கள் பாடியுள்ளார். இதுபோக, திருநெடுந்தாண்டகம், திருக்குறுந்தாண்டகம் போன்றவற்றை யும் இயற்றியுள்ளார். பின் சொன்னவை மூன்றும் பிரபந்தத்தின் 'இயற்பா' என்னும் பிரிவில் வைக்கப்பட்டுள்ளன. நீண்ட

பாடல்கள் ஆனாலும் யாப்பிலக்கணப்படி மூன்றையும் மூன்று பாடல்களாகக் கணக்கிடுவதுதான் சரி. இதனால் திவ்வியப் பிரபந்தம் மொத்தம் நாலாயிரம் பாடல்களுக்குக் குறைவு. இருந்தாலும், நாலாயிர திவ்வியப் பிரபந்தம் என்று கூறுவதே வழக்கம்.

இதில் திருமங்கை ஆழ்வாரின் பங்கு கணிசமானது. எல்லா வகைப் பாடல்களையும் இயற்றியுள்ளார். எல்லா திவ்ய தேசங்களையும் பாடியிருக்கிறார். வடநாட்டில் உள்ள திருவதரி (தேவப் பிரயாகை), திருப்பிரிதி, நைமிசாரணியம், பத்ரிகாசிரமம் இவற்றிலிருந்து தொடங்கி தென்னாட்டுக் கோயில்கள் அனைத்தையும் விட்டுவைக்காமல் ஊர் ஊராகச் சென்று பாடி யிருக்கிறார். திருமங்கை மன்னனின் பாசுரங்களில் குறிப்பிடப் பட்டிருப்பதிலிருந்தே சில வைணவக் கோயில்களின் பழமை நமக்குத் தெரிகிறது. உதாரணம் திருவிடவெந்தை. சென்னைக்கு அருகே இருக்கும் அழகான கோயில். மகாபலிபுரம் போகும் வழியில் உள்ளது. அதைப் பாடியிருக்கிறார். சென்னைவாசிகள் எத்தனை பேர் போய்ப் பார்த்திருக்கிறீர்கள்? முதல் பத்து பாடல்களும் அஷ்டாக்ஷரத்தின் மகிமையைச் சொல்லுகின்றன. அதில் உதாரணம் பார்க்கலாம்:

எம்பிரான் எந்தை என்னுடைச் சுற்றம்
    எனக்கரசு என்னுடை வாழ்நாள்
அம்பினால் அரக்கர் வெருக்கொள நெருக்கி
    அவருயிர் செகுத்த எம் அண்ணல்
வம்புலாம் சோலை மாமதிள் தஞ்சை
    மாமணிக் கோயிலே வணங்கி,
நம்பிகாள் உய்ய நான் கண்டுகொண்டேன்
    நாராயணா என்னும் நாமம் (953)

இதில் குறிப்பிடப்படும் மாமணிக்கோயில் தஞ்சையில் எங்கிருக் கிறது என்பது ஆராய்ச்சிக்குரிய விஷயம். கீழ்வரும் பாசுரம் வைணவர்களுக்கு மிக முக்கியமானது. பல சந்தர்ப்பங்களில் இது வைணவ இல்லங்களில் ஒலிக்கும்.

குலம்தரும் செல்வம் தந்திடும் அடியார்
    படுதுயர் ஆயின எல்லாம்
நிலந்தரம் செய்யும் நீள்விசும்பு அருளும்
    அருளொடு பெருநிலம் அளிக்கும்

வலந்தரும் மற்றும் தந்திடும் பெற்ற
தாயினும் ஆயின செய்யும்
நலந்தரும் சொல்லை நான் கண்டுகொண்டேன்
நாராயணா என்னும் நாமம் (956)

நாராயணா என்னும் நாமம் நல்ல சுற்றத்தைத் தரும். ஐசுவரியத்தைத் தரும். அடியவர்கள் படும் துயரங்களை எல்லாம் தரைமட்டமாக்கி (நிலந்தரம்), பரமபதத்தைக் கொடுக்கும் (நீள்விசும்பு), அருளோடு கைங்கரியம் என்னும் ஸ்தானத்தையும் கொடுக்கும், வலிமை கொடுக்கும், மற்றெல்லாம் தரும். பெற்ற தாயைவிட அதிகமான பரிவைத் தரும். நல்லதே தரும் சொல் அது.

இரண்டாம் பத்து பாடல்களில் திருமங்கை ஆழ்வார் திருப் பிரிதியைப் பாடுகிறார். திருப்பிரிதியை வடக்கே உள்ள மானசரோவர் என்கிறார்கள்.

வாலிமா வலத் தொருவனது உடல்கெட
வரிசிலை வளைவித்து அன்று
ஏலம் நாறு தண் தடம் பொழில் இடம்பெற
இருந்த நல் இமயத்துள்
ஆலி மாமுகில் அதிர்தர அருவரை
அகடுற முகடேறி
பீலி மாமயில் நடம் செயும் தடம் சுனை
பிரிதி சென்று அடை நெஞ்சே (958)

வாலியின் பலம் கெடும்படி வில்லை வளைத்து வீழ்த்தி யவனை, வாசனை வீசும் குளிர்ந்த பரந்த பொழில் கொண்ட இமயத்தில் மழை மேகங்கள் சப்தமிட, மலை உச்சிகளில் மயில்கள் ஆடும் சுனைகளையுடைய திருப்பிரிதி என்கிற இடத்தைச் சென்று அடை.

இந்தப் பாடலை அவர் அங்கே போய்ப் பாடினாரா, இல்லை, மனத்தில் கற்பனை செய்துகொண்டு பாடினாரா என்பது தெளிவாக இல்லை. இமயத்துள் இருப்பதாக முதல் பாட்டிலேயே குறிப்பிடு கிறார். அவர் காணும் பிரிதியில் மயில்கள் நடனமிடுகின்றன. சுனைகள் நிறைந்திருக்கின்றன. சிங்கங்கள் திரிகின்றன. யானைகள் தூங்குகின்றன. அருவிகள் சொரிகின்றன. மாதவிக் கொடிகள் மேகத்தை எட்ட எட்ட முயல்கின்றன. இவ்வாறு, பொதுவான அழகான இடத்தைப் பற்றிய வருணனைகள் கிடைக்கின்றன.

திருமங்கை ஆழ்வார், பெரிய திருமொழி, திருநெடுந்தாண்டகம், திருக்குறுந்தாண்டகம், திருவெழுகூற்றிருக்கை, பெரிய திருமடல், சிறிய திருமடல் என்கிற வகைகளில் மொத்தம் 1137 பாசுரங்கள் யாத்துள்ளார்.

நாலாயிர திவ்வியப் பிரபந்தத்தின் ஒரு முழு 'ஆயிர'த்தையும் அவருடைய பெரிய திருமொழி வியாபிக்கிறது. எல்லா வகைப் பாடல்களையும் செய்திருக்கிறார். சங்க இலக்கிய மரபான மடல்கள் இரண்டை பகவான் பேரில் அனுப்பியிருக்கிறார். வாழ்க்கையில் ஓர் அரசனுக்குரிய சந்தோஷங்களையும் பதவிச் சலுகைகளையும் பெற்றும் பக்தியில் ஈடுபட்டு இத்தனை உருக்க மாகப் பாடியுள்ளது. பிரபந்தத்தில் வற்றாத வியப்பு. திருமாலை அவர் எப்படிக் கருதுகிறார் என்பதை ஏற்கெனவே பார்த்தோம்.

எம்பிரான் எந்தை என்னுடைச் சுற்றம்
எனக்கு அரசு என்னுடைய வாணாள் (953)

எனக்கு நன்மை செய்பவன், என் தந்தை, என் உறவினன், என் அரசன், என்னுடைய வாழ்நாள் எல்லாமே திருமால்தான்

என்கிறார். மனித உடலை எப்படிக் கருதுகிறார்?

ஊனிடிச் சுவர் வைத்து என்பு தூண் நாட்டி
உரோமம் வேய்ந்து ஒன்பது வாசல்
தானுடைக் குரம்பைப் பிரியும்போது உன்றன்
சரணமே சரணம் என்றிருந்தேன் (1006)

மாமிசம், எலும்பு, உரோமம் இவற்றால் செய்யப்பட்டு ஒன்பது வாசல் வைத்த இந்தச் சரீரத்தை விட்டு உயிர் பிரியும் போது உன்னைச் சரணடையவேண்டும் என்று இருக்கிறேன்.

அவர் ஊர் ஊராய்ச் சென்று பாடிய பாசுரங்கள் பலவற்றுள் திருவேங்கடத்தில் பாடிய பாடல்கள் உருக்கமானவை.

மானேய் கண்மடவார் மயக்கிற் பட்டு மாநிலத்து
நானே நானாவித நரகம்புகும் பாவம் செய்தேன்
தேனேய் பூம்பொழில் சூழ் திருவேங்கட மாமலை என்
ஆனாய் வந்தடைந்தேன் அடியேனை ஆட்கொண்டருளே (1029)

மான் போன்ற கண்கள் கொண்ட பெண்களின் மோகத்தில் நான்கு விதமான பாவங்களும் செய்தேன் என்கிறார்.

திருமங்கையாழ்வாரின் பல பாடல்களில் இவ்வகையான பாவமன்னிப்புக் கோரும் repentant தொனியைப் பார்க்கலாம். வைணவக் கருத்துகளில் முக்கியமானது சரணாகதி தத்துவம். தான் செய்த தவறுகளை உணர்ந்து கடவுளிடம் சரண் அடைந்து விட்டால் மன்னிப்பு கிடைக்கும் என்பதன் மறுபிரதியை மற்ற மதங்களிலும் காண்கிறோம்.

திருமங்கை ஆழ்வாரின் பிரமிப்பூட்டும் பாடல்களில் இது ஒன்று.

கொன்றேன் பல்லுயிரைக் குறிக்கோள் ஒன்றிலாமையினால்
என்றேனும் இரந்தாருக்கு இனிதாக உரைத்தறியேன்
குன்றேய் மேகமதிர் குளிர்மாமலை வேங்கடவா
அன்றே வந்தடைந்தேன் அடியேனை ஆட்கொண்டருளே (1030)

காரணம் இல்லாமல் பல உயிர்களைக் கொன்றேன். என்னிடம் வந்து யாசகம் கேட்டவர்களிடம் இனிமையாகப் பேசக்கூட இல்லை. வேங்கடப் பெருமானே, உன்னை வந்தடைந்து விட்டேன். என்னை ஆட்கொள்வாய்.

கஷ்டத்தில் இருப்பவர்களிடம் இனிமையாகப் பேசினால்கூடப் போதும். அதற்கும் நேரமில்லாமல் இருந்துள்ளேன். பல உயிர் களைக் காரணம் இல்லாமல் துன்புறுத்தியிருக்கிறேன் என்று தன் தவறுகளை ஒப்புக்கொள்வதற்கு மிகுந்த மனமுதிர்ச்சி வேண்டும்.

பிற்காலத்தில் அருணகிரிநாதரிடம் இந்தப் போக்கைக் காண முடிகிறது.

மற்றொரு பாடலில் ஆழ்வார் தன் வாழ்க்கையின் பொழிப் புரையை இரண்டு அடிகளில் தருகிறார்.

தெரியேன் பாலகனாய்ப் பல
    தீமைகள் செய்துமிட்டேன்
பெரியேன் ஆயினபின் பிறர்க்கே
    உழைத்து ஏழையானேன் (1034)

சின்ன வயதில் அறியாமையால் பல தீமைகள் செய்து விட்டேன். பெரியவன் ஆனதும் மற்றவர்க்கு உழைத்து ஏழை ஆகிவிட்டேன்

என்று ஒப்புக் கொள்ள யாருக்கு மனம் வரும்?

திருமங்கை மன்னன் பாடிய தலங்களின் அழகான தமிழ்ப் பெயர்கள் கிறக்கமூட்டும். திருக்காவளம்பாடி, திருவெள்ளக் குளம், திருப்பார்த்தன்பள்ளி, திருவெள்ளியம்பாடி, திருப்புள்ளம் பூதங்குடி, திருநாங்கூர், செம்பொன்சேய் கோயில், திருநந்திபுர விண்ணகரம் என்று பெரிய பெயர்கள் உள்ள சின்னச் சின்ன ஊர்களில் எல்லாம் போய்ப் பாடிப் பரவசம் அடைந்திருக்கிறார். திருநறையூர், திருக்கண்ணபுரம், திருவரங்கம் போன்ற தலங்களை அதிகம் பாடியிருக்கிறார். கேரள மாநிலத்தில் இன்று திருவெள்ளா என்று அழைக்கப்படும் ஊர், அவர் காலத்தில் திருவல்லவாழ் என்று இருந்தது. திருவல்லவாழ் பாசுரங்களில் ஓசை நயத்தையும் பொருள் நயத்தையும் ரசிக்கலாம்.

தந்தை தாய் மக்களே சுற்றமென்று உற்றவர் பற்றி நின்ற
பந்தமார் வாழ்க்கையை நொந்து நீ பழியெனக் கருதினாயேல்
அந்தமாய் ஆதியாய் ஆதிக்கும் ஆதியாய் ஆயனான
மைந்தனார் வல்லவாழ் செல்லுமா வல்லையாய் மருவு நெஞ்சே
(1808)

தந்தை, தாய், உறவினர் போன்றவரைச் சார்ந்து நிற்கும் வாழ்க்கையை நீ ஒரு பந்தமாகக் கருதினாயானால் முடிவும், முதலும், முதலுக்கும் முதலுமான திருமாலை வல்லவாழ் கோயிலில் சென்று அடையும் வழியைப் பார் நெஞ்சே!

பெரியாழ்வாரைப் போலப் பிள்ளைத் தமிழின் கூறுகளாகச் சில பாடல்கள் கண்ணனை மையமாக வைத்து திருமங்கை மன்னனும் அமைத்திருக்கிறார்: வெண்ணெய் உண்டது, சப்பாணிப் பருவம், ஆய்ச்சியர் முறையிடல்.

ஆய்ச்சியரின் வாசலில் அழகாக ஆடை அணிகலன்களுடன் வந்து நின்று புன்னகைத்து அவர்களை மயக்குகிறான் என்று முறையிடுவதும் வியப்பதும் ஒரு தனிப்பட்ட பார்வை. கண்ணன் காதலனா, குழந்தையா என்கிற மருட்சி ஏற்படுத்தும் அணுகல் இது.

சுற்றும் குழல்தாழச் சரிகை அணைத்து
மற்றும் பலமாமணி பொன்கொடணிந்து
முற்றும் புகுந்து முறுவல் செய்து நின்றீர்
எற்றுக்கு இது என்இது என்இது என்னோ (1926)

அணிகலன்களும் அலங்காரங்களும் கொண்டு எங்கள் முற்றத்தில் நுழைந்து புன்னகை செய்கிறாய். எதற்காக இது? என்னதான் இது?

என்று வியப்படைகின்றனர் ஆய்ச்சியர்.

பல பறவைகளை நோக்கி, மாயனை அழை என்று சொல்லும் பாடல்கள் பத்து, வெண்துறை என்னும் அரிதான பா வகையில் பாடியிருக்கிறார். அவற்றில் ஒன்று.

கரையாய் காக்கைப் பிள்ளாய்
கருமாமுகில் போல் நிறத்தன்
உரையார் தொல்புகழ் உத்தமனை வரக்
கரையாய் காக்கைப் பிள்ளாய் (1943)

என்று கண்ணன் வருமாறு கரைவாய் என்று காக்கையிடம் வேண்டிக்கொள்கிறாள் பெண்.

ஓர் இளம் பெண்ணின் நோக்கிலிருந்தும் பல பாடல்களை இயற்றியுள்ளார்.

திருமங்கை ஆழ்வாரின் திருநெடுந்தாண்டகமும் திருக்குறுந் தாண்டகமும் முறையே முப்பது, இருபது விருத்தப் பாடல்கள் கொண்டவை.

நெடுந்தாண்டகம், எட்டு சீர்கள் அமைந்தவை. குறுந்தாண்டகம், அறுசீர் விருத்தம். தாண்டகம் என்னும் இலக்கிய வகையின் விதிகள் கடினமானவை. புள்ளி எழுத்துகளை நீக்கினால் ஒவ்வோர் அடியிலும் இருக்கும் எழுத்துகளின் எண்ணிக்கை 27-க்குமேல் இருக்கவேண்டும் என்று ஒரு விதி சொல்கிறது. இந்தப் பா வகை வடமொழியில் உள்ள தாண்டகம் என்பதிலிருந்து வந்ததா என்று ஆராய்ச்சிக் கட்டுரைகள் உள்ளன. தமிழ் யாப்பின் தாண்டகம் வடமொழியிலிருந்து வேறுபடு கிறது. திருநாவுக்கரசரின் ஆறாம் திருமுறை தாண்டக யாப்பில் அமைந்து, திருத்தாண்டகம் என்று, ஏறக்குறைய ஆயிரம் பாடல்கள் உள்ளது. திருமங்கை ஆழ்வாரின் தாண்டகங்கள் இரண்டும் மொத்தம் ஐம்பது பாடல்களே. எல்லா அடிகளும் தாண்டக அடிகளுக்கான இருபத்தேழுக்கு மேற்பட்ட எழுத்துக் கள் கொண்டவை அல்ல. திருமங்கை மன்னனின் தாண்டகத்தைப் பற்றித் தனிப்பட்ட ஆராய்ச்சிக் கட்டுரையே எழுதலாம்.

திருக்குறுந்தாண்டகத்தில் அருமையான அறுசீர் விருத்தங்கள் உள்ளன.

மூவரில் முதல்வனாய
 ஒருவனை உலகம் கொண்ட
கோவினை குடந்தை மேய
 குருமணித் திரளை இன்பப்
பாவினைப் பச்சைத் தேனை
 பைம்பொன்னை அமரர் சென்னிப்
பூவினைப் புகழும் தொண்டர்
 என் சொல்லிப் புகழ்வார் தாமே (2037)

மும்மூர்த்திகளுக்கும் முதல்வன், உலகத்தை விழுங்கிய தலைவன், குடந்தையின் மணித்திரள், இன்பப் பாட்டு, பச்சைத் தேன், பசும்பொன், தேவர்களின் தலைப்பூ இப்படி என்னவெல்லாம் சொல்லித் தொண்டர்கள் அவனைப் புகழ முடியும்!

திருநெடுந்தாண்டகத்தின் இந்தப் பாடல் பிரசித்தமானது.

பாருருவில் நீர் எரிகால் விசும்பும் ஆகி
 பலவேறு சமயமுமாய்ப் பரந்து நின்ற
ஏருருவில் மூவருமே யென்ன நின்ற
 இமையவர் திருவுரு வேறெண்ணும்போது
ஓருருவம் பொன்னுருவம் ஒன்று செந்தீ
 ஒன்று மாகடலுருவம் ஒத்து நின்ற
மூவுருவும் கண்டபோது ஒன்றாம்சோதி
 மூகிலுருவம் எம்மடிகள் உருவம்தானே (2053)

நிலம், நீர், தீ, காற்று, ஆகாயம் என்றாகி, பல்வேறு சமயங்களுமாகப் பரந்து விரிந்தவனை ஒருமைப்படுத்தி, பிரமன், விஷ்ணு, சிவன் மூவரையும் ஓர் உருவம் என்று இமையவர்கள் எண்ணும்போது, ஓர் உருவம் பொன்னிறம், ஒன்று சிவந்த நெருப்புருவம், ஒன்று கடல் உருவம் என்ற இந்த மூன்று உருவங்களையும் கண்டபோது ஒருமைப்படுத்திய ஒரு சோதி போன்றவன் மேகக் கருமை படைத்த எங்கள் நாராயணனின் உருவம்

என்று விஸ்தாரமான, அழகான பாசுரத்தால் விளக்குகிறார்.

திருமங்கையாழ்வாரின் திருவெழுகூற்றிருக்கை என்பது மூன்றாவது ஆயிரமாகிய இயற்பாவில் சேர்க்கப்பட்டிருக்கிறது. ஏழுகூற்றிருக்கை என்பதும் கடினமான பாட்டமைப்பு. ஏழு, கூற்று, இருக்கை என்று பிரிப்பார்கள். ஏழு அறையாக்கிச் சிறுமிகளின் பாண்டியாட்டம் போலக் கட்டம் வைத்துப் புகுந்து வெளிப்படும் அமைப்பு. ஒன்றிலிருந்து ஏழுவரை ஏறியும் இறங்கியும் சொற்கள் அமைக்கப்படும் இதைச் சித்திரக்கவி வகையிலும் சேர்ப்பார்கள்.

திருவெழுகூற்றிருக்கை 46 அடிகள் கொண்டது. நிலைமண்டில ஆசிரியப்பா வகையைச் சேர்ந்தது. ஒன்று முதல் ஏழு முடிய ஏறி ஏறி இறங்கி, இறுதியில், ஒன்றாய் விரிந்து நின்றனை என்று அமைத்திருக்கிறார். குடந்தை ஆராவமுதப் பெருமாளைப் பாடியதாகச் சொல்கிறார்கள். இதைத் தேர் வடிவத்தில் கோலம் போல எழுத முடிகிறது. ரதபந்தம் என்றும் பெயர் சொல்கிறார் கள். கவிதைக்கு ஒரு பயிற்சியாக இருக்கும் இந்தப் பாட்டு ஆழ்வாரின் பலதிறமையைக் காட்டுகிறது.

ஒன்றிய மனத்தால் ஒரு மதி முகத்து
மங்கையர் இருவரும் மலரன அங்கையில்
முப்பொழுதும் வருட அறிதுயில் அமர்ந்தனை,
நெறிமுறை நால்வகை வருணமும் ஆயினை
மேதகும் ஐம்பெரும் பூதமும் நீயே
அறுபதம் முரலும் கூந்தல் காரணம்,
ஏழ்விடை அடங்கச் செற்றனை அறுவகைச்
சமயமும் அறிவரு நிலையினை ஐம்பால்
ஓதியை ஆகத்து இருத்தினை அறம்முதல்
நான்கவையாய் மூர்த்தி மூன்றாய்
இருவகைப் பயனாய் ஒன்றாய் விரிந்து
நின்றனை (2672)

இவ்வாறு 1234567654321 என்று ஏற்ற இறக்கத்தில் அனாயாச மாகக் கவிதை புனைந்திருக்கிறார்.

திருமங்கை மன்னன் இரண்டு மடல்களைக் கடவுளுக்கு அனுப்பியுள்ளார். பெரிய திருமடல், சிறிய திருமடல். இரண்டும், மிகுந்த இலக்கியச் சர்ச்சைக்கு உள்ளானவை.

தமிழில் அகத்துறை நூல்களில் மடல் ஒரு வகை. 'இதைப் பக்தி இலக்கியத்தில் முதலில் பயன்படுத்தியவர் திருமங்கை ஆழ்வார்.

மடல் என்றால் பொதுவாக இதழ் என்று பொருள். சங்க இலக்கியங்கள் மடல் என்று பெரும்பாலும் பனைமடலையே குறித்தன. விரும்பிய பெண்ணை அடைய முடியாத நிலையில் மடலேறியாவது அவளைப் பெறுவேன் என்று பனை மடல்களால் ஆன குதிரை வடிவம் அமைத்து ஊர் நடுவே ஒரு பைத்தியக்காரன் போலக் காதலன் தோன்றிப் பிடிவாதமாக அடம் பண்ணி அடையும் ஒரு விதமான முரட்டுக் காதல் வகை இது. அவன்மேல் இரக்கம் கொண்டு பெண்ணைப் பெற்றவர்கள் திருமணத்துக்குச் சம்மதித்துத் தொலைப்பார்களாம்.

இந்த வழக்கத்தை மாற்றி மென்மையாக்கிய பெருமை திருமங்கை ஆழ்வாருக்கு உரியது. இயற்பா என்கிற பிரிவில் திருமங்கை ஆழ்வாரின் இரண்டு மடல்களும் வருகின்றன. திருமால்மீது காதல் கொண்ட பெண், அவனை அடைய முடியாத நிலையில் மடல் ஏறத் துணிந்ததாக இரு மடல்களிலும் பாடிப் புரட்சி செய்திருக்கிறார். தொல்காப்பியம், பெண்கள் மடலேறுதல் கூடாது என்கிறது. திருக்குறளும் கடல் போலக் காமம் இருந்தாலும் மடல் ஏறத் தயங்குவாள் என்று பெண்ணின் பெருமையைப் பேசுகிறது. திருமங்கையாழ்வாருக்கும் இது தெரியும்.

அன்ன நடையார் அலர் ஏச ஆடவர் மேல்
மன்னும் மடலூரார் என்பதோர் வாசகமும்
தென்னுரையில் கேட்டறிவதுண்டு - அதனையாம் தெளியோம்
(2674)

வதந்தி பரவும் வகையில் பெண்கள் ஆண்களுக்காக மடல் ஏற மாட்டார்கள் என்று தமிழ் நூல்களில் (தென்னுரை) கேட்ட துண்டு என்று தெரிந்திருந்தும் பாடுகிறார்.

திருமங்கையாழ்வார் காலத்துக்கு (எட்டாம் நூற்றாண்டுக்கு) முன் பெண்கள் மடலேறுவதாக ஒரு சில குறிப்புகள் கலித்தொகை போன்ற சங்க நூல்களில் உள்ளன. ஆனால் அவையெல்லாம் காதலன் கிடைக்கவில்லை என்றால் பெண்ணாகிய நான் சம்பிரதாயத்தை மீறி மடலூர்ந்து வருவேன் என்று அச்சுறுத்தும் வகையில்தான் உள்ளன. நம்மாழ்வாரும் 'யாம் மடல் ஊர்ந்தும் எம்ஆழி அங்கைப் பிரானுடைத் தூமடல் தண்ணந் துழாய் மலர் கொண்டு சூடுவோம்' என்று மடல் ஊர்ந்தாவது அவனை அடைவேன் என்கிறாரே தவிர, முழுவதுமாக மடல் எழுதி

அமைத்தவர் திருமங்கை ஆழ்வாரே. கடவுள் தலைவனாக இருந்தால் பெண்கள் மடலேறலாம் என்ற விதியை ஆழ்வாரின் இரு மடல்களின் அடிப்படையில் பின்னர் வந்த பன்னிரு பாட்டியல் என்னும் நூல் கூறுகிறது.

இறைவனைத் தலைவனாகவும் தன்னைத் தலைவியாகவும் கருதும் உத்தியை Bridal mysticism என்று சொல்வார்கள். மேலும், அதற்கான இலக்கணத்தை அவரே வகுத்துக்கொண்டதுபோல் கலிவெண்பாவின் இலக்கணத்தையும் சற்று மாற்றிக் கொண்டுள்ளார். சிறிய திருமடல் நாராயணன் என்ற பெயருக்குப் பொருத்தமாகவும், பெரிய திருமடல் கண்ணன் என்ற பெயருக்குப் பொருத்தமாகவும் எல்லா வரிகளிலும் ஒரே எதுகை கொண்டு கடைசி அடி மட்டும் நேரிசை ஆசிரியப்பா போல மூவசைச் சீராக அமைந்துள்ள அற்புதமான, அவருக்கே உரித்தான அமைப்பு. ஆழ்வார்களின் காலத்தில் தமிழ் யாப்பில் புதிய வடிவங்கள் தோன்றின. குறிப்பாக விருத்த வடிவம் அழுத்தமாக இடம் பிடித்துக்கொண்டது. இந்தக் காலகட்டத்தில் தான் மடலிலும் புதுமை செய்திருக்கிறார் இவர்.

நீரேதும் அஞ்சேல்மின் நும்மகளை நோய் செய்தான்
ஆரானுமல்லன் அறிந்தேன் அவனை நான்
கூரார் வேல்கண்ணீர் உமக்கு அறியக் கூறுகெனோ
ஆரால் இவ்வையம் அடியளப்புண்டது தான்
ஆரால் இலங்கை பொடிப் பொடியாய் வீழ்ந்தது மற்று
ஆராலே கன்மாரி காத்ததுதான் ஆழிநீர்
ஆரால் கடைந்திடப்பட்டது - அவன் காண்மின் (2673)

பயப்படாதீர்கள் உம் மகளுக்கு காதல் நோய் கொடுத்தவன் வேறு யாருமில்லை. எனக்கு அவனைத் தெரியும். உங்களுக்கு அறியுமாறு சொல்கிறேன். யாரால் உலகம் மூன்று அடிகளால் அளக்கப்பட்டது. யாரால் இலங்கை பொடிப்பொடியாயிற்று. யாரால் கன்றுகள் மழையிலிருந்து காப்பாற்றப்பட்டன. யார் பாற்கடலைக் கடைந்தது. அவன்தான்.

போரானை பொய்கைவாய்க் கோட்பட்டு நின்ற அலறி
நீரார் மலர்க்கமலம் கொண்டோர் நெடுங்கையால்
நாராயணாவோ மணிவண்ணா நாகணையாய்
வாராய் என் ஆரிடரை நீக்காய் (2673)

பொய்கையில் அகப்பட்ட போர் யானை தன் துதிக்கையில் தாமரைப் பூவை உயர்த்தி, நாராயணா! என் கஷ்டத்தை நீக்காயோ என்றபோது வந்து காப்பாற்றினவன்.

இவ்வாறு சிறிய திருமடல் முழுவதும் நாராயணன் என்கிற பெயருடன் எதுகை. பெரிய திருமடலில் அதுபோல் கண்ணன் என்பதுடன் முழுவதும் எதுகை பயில்கிறார். (எதுகை என்றால் போரா, நீரா, வாரா, நாரா என்று இரண்டாம் எழுத்தில் இருக்கும் ஓசை ஒற்றுமை.)

பெரிய திருமடலில் விஷ்ணுவுக்கு ஏற்பட்ட பல ஊர்களின் பெயர்களைப் பட்டியலிடுகிறார். 220-ம் அடியிலிருந்து வரிசையாக ஒவ்வொரு ஊரையும் அழகாகச் சொல்கிறார்.

அந்த ஊர்கள்: திருவிண்ணகர், குடந்தை, திருக்குறுங்குடி, திருச்சேறை, திருவாலி, திருஎவ்வளூர், திருக்கண்ணமங்கை, திருவெள்ளறை, திருப்புட்குழி, திருவரங்கம், திருவல்லவாழ், திருப்பேர்நகர், திருக்கோவிலூர், திருவழுந்தூர், தில்லைச் சித்திரக்கூடம், திருவேங்கடம், திருமாலிருஞ்சோலை, திருக் கோட்டியூர், திருமெய்யம், திருஇந்தளூர், கச்சி, திருவேளுக்கை, திருவெஃகா, திருவிடவெந்தை, கடல்மல்லை, திருத்தண்கா, ஊரகம், அட்டபுயகரம், திருவாதனூர், திருநீர்மலை, திருப் புல்லாணி, திருநாங்கூர், திருக்கண்ணபுரம், திருநறையூர், மணிமாடக்கோயில்.

இவ்வாறு தென்னாட்டில் உள்ள வைணவத் தலங்கள் அனைத்தையும் பட்டியல் இட்டுவிடுகிறார். ஆழ்வார்களிலேயே மிக அதிகம் அலைந்தவர் திருமங்கை மன்னன்தான். அவரால் பாடப்படவில்லை என்றால் அந்தக் கோயில் பிற்காலத்தது என்று சொல்லிவிடலாம். ஆழ்வார் பாடல்கள் நம் ஆலயங்களின் பழமையை நிரூபிக்கும் சரித்திரச் சான்றுகளாக உள்ளன. இவை எல்லாம் இன்றும் உள்ளன. போய்ப் பாருங்கள். எட்டாம் நூற்றாண்டுக்கு உரிய மரியாதையுடன் அவற்றைப் பாதுக ாத்திருக்கிறோமா பாருங்கள். வருத்தப்படுவீர்கள். இவை எல்லாம் உலகின் பாரம்பரியச் சொத்து.

திருமங்கை மன்னனின் வாழ்வின் வீச்சும் கவிதையின் வீச்சும் அவரை நம்மாழ்வாருக்கு அருகில் கொண்டுசெல்கின்றன. நிறைய சம்பாதித்தார், நிறைய அனுபவித்தார், நிறைவாக

வாழ்ந்தார், காதலித்தார். முதலில் பெண்களை, பின்பு திருமாலை. எல்லாவகைப் பாடல்களையும் முயன்று அருமை யான கவிதைகள் படைத்தார். பல கோவில்களைச் செப்பனிடத் திருப்பணிகள் செய்வித்தார்.

எல்லாவற்றையும்விட திருமங்கை ஆழ்வாரின் பாசுரங்களில் உள்ள கம்பீரம் நம்மை பிரமிக்கவைக்கும்.

இந்திரர்க்கும் பிரமற்கும் முதல்வன் தன்னை
    இருநிலம் கால் தீ நீர் விண் பூதம் ஐந்தாய்
செந்திறத்த தமிழ் ஓசை வடசொல் ஆகி
    திசை நான்குமாய்த் திங்கள் ஞாயிறாகி
அந்தரத்தில் தேவர்க்கும் அறியலாகா
    அந்தணனை அந்தணர்மாட்டு அந்தி வைத்த
மந்திரத்தை மந்திரத்தால் மறவாது என்றும்
    வாழுதியேல் வாழலாம் மடநெஞ்சமே (2055)

இந்திரனின், பிரம்மாவின் தலைவன், நிலம், காற்று, நெருப்பு, நீர், ஆகாயம் ஆகிய ஐந்து பூதங்களும் அவன், தமிழும் அவன், வடமொழியும் அவன். நான்கு திசைகளும் அவன், சூரிய சந்திரனும் அவன், தேவர்களாலும் அறியப்படாத உத்தமன், வேதமந்திரமும் அவன்தான். அறியாத நெஞ்சமே, அவனை மறக்காமல் இருந்தால் சிறப்பாக வாழலாம்.

9. திருப்பாணாழ்வார்

வைணவத்துக்கு சாதி வித்தியாசம் இல்லை. அப்படிச் சாதி வித்தியாசம் பாராட்டியவர் களை பகவானும் உண்மையான வைணவர் களும் கடிந்துகொண்டதாகத்தான் குரு பரம் பரைக் கதைகள் சொல்கின்றன. தொண்டரடிப் பொடி ஆழ்வார்,

அமரவோர் அங்கம் ஆறும்
        வேதமோர் நான்கும் ஓதித்
தமர்களில் தலைவராய சாதி
        அந்தணர்களேலும்
நுமர்களைப் பழிப்பாராகில்
        நொடிப்பதோர் அளவில் ஆங்கே
அவர்கள்தாம் புலையர் போலும்
        அரங்கமா நகருளானே (914)

என்றும்

இழிகுலத்தவர்களேலும் எம்மடியார்கள் ஆகில்
தொழுமினீர் கொடுமின் கொண்மின் என்று
                நின்னோடும் ஒக்க
வழிபட அருளினாய் போல் ... (913)

என்றும் சொல்கிறார்.

திருப்பாணாழ்வாரின் சரித்திரத்தைப் பற்றி அதிகக் குறிப்புகள் இல்லை. யாழ் இசைத்துப் பாடும் பாணர் குலத்தைச் சேர்ந்தவர் என்றும், தொண்டரடிப்பொடி ஆழ்வார், திருமங்கை ஆழ்வார் ஆகியோரின் சமகாலத்தவராக இருக்கலாம் என்றும் தோன்று கிறது. திருப்பாணாழ்வார் திருவரங்கம் கோயிலை 'நீள் மதில் அரங்கம்' என்று கூறுவது அவருடைய பாடல்களில் உள்ள ஒரே ஒரு அகச்சான்று. திருமங்கையாழ்வார் காலத்தில்தான் திருவரங்கத்துக்கு மதில்கள் கட்டப்பட்டன.

திருப்பாணாழ்வாரைப் பற்றி குருபரம்பரைக் கதை இது. இவர் பிறந்தது சோழ நாட்டின் தலைநகராக இருந்த உறையூரில். இவர் காவிரிக் கரையின் தூரத்திலிருந்து அரங்கனைச் சேவித்துக் கொண்டு யாழில் பண்ணிசைத்து இனிமையாகப் பாடுவாராம். கோவிலில் நுழைய அவருக்கு அனுமதி இல்லை. ஒருமுறை திருமால் திருமஞ்சனத்துக்கு நீர் எடுக்க லோகசாரங்கர் என்பவர் தீர்த்தக் குடத்துடன் காவிரி நோக்கி வந்துகொண்டிருந்தார். பாணர் தன்னை மறந்து பாடிக்கொண்டிருந்தார். லோகசாரங்க முனிவர் 'ஏ... பாணனே ஒதுங்கு' என்றாராம்.

கான மழையில் இருந்தவருக்கு இது காதில் விழவில்லை. லோகசாரங்கர் ஒரு கல்லை எடுத்து அவர்மேல் வீச, அது அவர் நெற்றியில் பட்டு ரத்தம் வந்தது.

பதறி விழித்த பாணர் தாம்தான் தவறிழைத்துவிட்டோம் என்று காயத்தையும் கருதாமல் மன்னிப்பு கேட்டுக்கொண்டு விலகினா ராம். லோகசாரங்கர் தீர்த்தம் எடுத்துக்கொண்டு அரங்கன் முன் வந்து நின்றாராம். அரங்கன் நெற்றியிலும் காயம் பட்டு ரத்தம் கசிந்துகொண்டிருந்ததாம்.

அன்றிரவு லோகசாரங்கரின் கனவில் பகவான் தோன்றி, 'உம்மைப் போலப் பாணரும் என் பக்தர்தான். அவரை நோகடிக் கலாமோ? நீரே நேரில் போய் அந்தப் பாணரை உம் தோளில் தூக்கிக்கொண்டு எம் அருகே கொண்டு வருக' என்று ஆணை யிட்டாராம்.

கூட்டமாக வரும் பட்டரைப் பார்த்து, பாணர் சற்று மிரண்டாராம். லோகசாரங்கர் தன் கனவில் திருமால் வந்ததைச் சொல்லி, அவரைத் தொட்டுத் தோளில் ஏற்றிக்கொண்டு அரங்கன் சன்னிதிக்குக் கொண்டுவந்தாராம்.

கருவறைக்கு முன் நின்ற பாணர் அரங்கனை ஆசை தீரச்
சேவித்தார். பரவசத்தில் 'அமலன் ஆதிபிரான்' என்று தொடங்கும்
பத்து பாசுரங்களைப் பாடினார். அனைவரும் பார்த்திருக்க,
திருவரங்கனின் திருவடிகளில் சரண் அடைந்து மறைந்தார்.

அவர் பாடல்கள் பிரபந்தத்தின் முதல் ஆயிரத்தில் தொகுக்கப்
பட்டுள்ளன. அவர் எழுதியதே பத்து பாடல்கள் மட்டுமா?
இல்லை எழுதிய பிற கிடைக்கவில்லையா? ஆசிரியத்துறை
என்கிற அரிதான யாப்பில் எழுதியவர் பத்து பாடல்களுடன்
நின்றிருப்பாரா? அவர் பாடல்களின் அமைப்பையும் சரளத்தை
யும் பார்க்கும்போது அப்படித் தோன்றவில்லையே? இவ்வாறு
பல கேள்விகள் எழுகின்றன.

ஆழ்வார்களின் சரித்திரத்துக்கும் அவர்கள் பாடல்களுக்கும்
தொடர்பு அதிகம் கிடைப்பதில்லை. ஆழ்வார் சரித்திரங்கள்
எல்லாம் கருடவாகன பண்டிதரின் திவ்யசூரி சரிதம், பெருமாள்
ஜீயர் அருளிச் செய்த ஆறாயிரப்படி குருபரம்பர ப்ரபாவம்,
மணவாள மாமுனிகளின் உபதேச ரத்னமாலை, வேதாந்த
தேசிகரின் தேசிக ப்ரபந்தம், பெரிய திருமுடி அடைவு, கோயில்
ஒழுகு போன்ற சுமார் பத்து நூல்களின் அடிப்படையில் எழுதப்
பட்டவை. அவற்றை myth என்ற வகையில்தான் ஆராய்ச்சியாளர்
கள் சேர்ப்பார்கள். பக்தி மார்க்கத்தவர்கள் இந்தக் கேள்விகளை
எல்லாம் கேட்பதில்லை.

ஆனால் ஆழ்வார் பாடல்களில் உள்ள அகச்சான்றுகளையும் தற்
செயலாக வெளிப்படும் சரித்திரச் சான்றுகளையும் வானிலைக்
குறிப்புகளையும் மன்னர் பெயர்களையும் இலக்கண, சொல்
வழக்குகளையும் ஆராய்ந்து ஒருவாறு விஞ்ஞான ரீதியில் மு.
இராகவையங்கார், சாமிக்கண்ணுப்பிள்ளை, டாக்டர் குலசேகர
னார், திரு.வி.க. போன்றவர்கள் அவர்கள் காலத்தை வரையறுத்
திருக்கிறார்கள்.

இரண்டுக்கும் எந்தச் சம்பந்தமும் இல்லாதது குறிப்பிடத்தக்கது.
இது வேறு, அது வேறு. திருப்பாணாழ்வார் பாணர்குலத்தில்
பிறந்தவர் என்கிற ஒரே ஒரு சான்றுதான் அவரைப் பற்றிய
எல்லாக் கதைகளுக்கும் ஆதாரம். அவர் பாடல்களில்
அகச்சான்று என்பது 'நீண்மதில் அரங்கம்' என்கிற ஒரே ஒரு
சொற்பிரயோகத்தில் மட்டுமே கிடைக்கிறது. திருவரங்கம்

கோயிலில் நீண்ட மதில்கள் கட்டப்பட்டபிறகு வாழ்ந்தவர் என்பதைத் தவிர, பத்து பாடல்களை மட்டும் வைத்துக்கொண்டு அவரை அறிய முற்படுவது நகத்தை வைத்து முழு மனிதரை வரைவதுபோலத்தான்.

ஆதலினால், வேறு எந்த முடிவுக்கும் வராமல் பத்து பாடல்களையும் அவற்றின் தமிழுக்காக ரசிப்பதில் நமக்குத் தடையில்லை. முதல் பாட்டே கம்பீரமானது.

அமலன் ஆதிபிரான் அடியார்க் கென்னை ஆட்படுத்த
விமலன் விண்ணவர்கோன் விரையார் பொழில் வேங்கடவன்
நிமலன் நின்மலன் நீதி வானவன் நீள்மதில் அரங்கத்தம்மான் திருக்
கமல பாதம் வந்து என் கண்ணினுள் அனவொக்கின்றதே (927)

இவ்வாறு திருமாலின் பாதத்திலிருந்து தொடங்கி திருப்பாணாழ்வார் மற்ற அங்கங்களின் அழகையும் அனுபவிக்கிறார். பாதம், சிவந்த ஆடை, உந்தி, உதரம், மார்பு, கழுத்து, வாய், பெரிய கண்கள், நீலமேனி ('நீலமேனி ஐயோ! நிறை கொண்டதென் நெஞ்சினையே') இவை அனைத்தும் தன்னை ஆட்கொண்டதாக மிக நெருக்கமான கடவுளாகத் திருமாலைப் பாடியிருக்கிறார்.

பாரமாய பழவினை பற்றறுத்து என்னைத் தன்
வாரமாக்கி வைத்தான் வைத்ததன்றி என்னுள் புகுந்தான்
கோரமாதவம் செய்தனன்கொல்? அறியேன் அரங்கத்தம்மான் திரு
வார மார்பதன்றோ அடியேனை ஆட்கொண்டதே (931)

பழைய வினைகளின் பாரத்தையெல்லாம் அறுத்து என்னைக் குத்தகை (வாரம்) எடுத்துக்கொண்டுவிட்டான். அது மட்டும் இல்லாமல் எனக்குள் நுழைந்தும் கொண்டான். நான் என்ன அப்படிப் பெரிய தவம் செய்திருப்பேனோ? தெரியாது, அரங்கத்து அம்மானின் மாலையணிந்த மார்பு என்னை ஆட்கொண்டுவிட்டது.

இந்தப் பாடல் திருமாலை அடைய அப்படி ஏதும் பெரிசாகத் தவம் எல்லாம் செய்யவேண்டியதில்லை என்கிற வைணவ சம்பிரதாயக் கருத்தை வலியுறுத்துவதாகச் சொல்கிறார்கள். இந்தப் பாடலும் கடைசியாக திருப்பாணாழ்வார் எழுதிய கலிவிருத்தமும் வைணவர்களுக்கு மிக முக்கியமானவை.

கொண்டல் வண்ணனைக் கோவலனாய் வெண்ணெய்
உண்ட வாயன் என் உள்ளம் கவர்ந்தானை
அண்டர்கோன் அணியரங்கன் என் அமுதினைக்
கண்ட கண்கள் மற்றொன்றினைக் காணாவே (936)

மேக நிறத்தவன், மாடு மேய்த்தவன், வெண்ணெய்
உண்டவன், என் உள்ளம் கவர்ந்தவன், தேவர்களுக்கெல்லாம்
தலைவன், திருவரங்கத்தில் உள்ளவன், என் அமுதம்,
இவனைக் கண்டபின் என் கண்கள் மற்ற எதையும் பார்க்காது.

பத்து பாடல்கள்தான் என்றாலும் திருப்பாணாழ்வாரின் பாசுரங்
களுக்கு வைணவ இலக்கியத்தில் தனிப்பெருமை உண்டு.

10. குலசேகர ஆழ்வார்

குலசேகரர் சேரநாட்டை ஆட்சி புரிந்த அரசர். திருமாலிடம் பக்தி பெருகி அவரையும் அவர் அடியார்களையும் பெரிதும் ஆதரித்து, உலக வாழ்வில் பற்று விட்டுப்போய் ஆட்சியைத் துறந்து திருமாலின் அடியார் கூட்டத்தில் வாழ்ந்தவர் என்பது தெரிகிறது.

அரசப் பொறுப்புகளைவிட்டுப் பக்தியில் திருமாலின் கூட்டத்துடன் அவர் அதிக நேரம் செலவழிப்பதைக் கண்ட சபையினர், அரச சபையில் திருட்டுப்போன ரத்தின மாலையை இந்தப் பக்த கோஷ்டியினர்தான் திருடினர் என்று பழி சுமத்த, குலசேகர மன்னன் மிகுந்த வருத்தம் கொண்டு, 'பரமன் அடியார் ஒரு போதும் இப்படிச் செய்யமாட்டார்கள்; அப்படிச் செய்திருந்தால் என்னைப் பாம்பு பிடுங்கட்டும்' என்று ஒரு குடத்தில் பாம்பை வைத்து அதில் கையிட்டார். பாம்பு அவரைக் கடிக்கவில்லை. இந்தக் கதையை நாத முனிகளின் சிஷ்யர் மணக்கால் நம்பி என்பவர் ஒரு தனிப்பாடலாக எழுதியுள்ளார்.

குலசேகர ஆழ்வார் அரச பதவியைத் துறந்த பக்தர் என்பதற்குச் சரித்திரச் சான்றுகளும் சேக்கிழார் புராணத்தில் குறிப்புகளும் உள்ளன. அவர் காலத்தில் தொண்டர் குழுவினர் ஊர் ஊராக அலைந்தார்கள் என்பதற்கும் பாடல்களில் சான்றுகள் உள்ளன.

ஆறு போல வரும் கண்ணநீர் கொண்டு
அரங்கன் கோயில் திருமுற்றம்
சேறு செய் தொண்டர்... (660)

என்று ஆழ்வாரே குறிப்பிடுகிறார். சத்திரிய வம்சத்தவர் என்பதை கொங்கர்கோன் என்றும், கொல்லிநகர்க் கிறை என்றும் தன்னையே குறிப்பிட்டுக் கொள்கிறார். சேரநாடு என்பது கோவை, சேலம், குடகு, மலையாள தேசங்களையும் அடக்கி யிருந்தது. அதன் அரச பதவியைத் தன் மகனுக்குப் பட்டம் கட்டி விட்டுத்தான் துறந்தார் என்கிற குறிப்புகளையும் காண்கிறோம். குலசேகர ஆழ்வார், தொண்டரடிப்பொடி, திருமங்கை ஆழ்வார் ஆகியோருக்குச் சமகாலத்தவர் என்று கருதுவதில் தவறில்லை. அவரே ஒரு பாசுரத்தில், 'ஆடிப்பாடி அரங்கவோ என்று அழைக்கும் தொண்டர் அடிப்பொடி' என்று எழுதியுள்ளார். அது தொண்டரடிப்பொடி ஆழ்வாரைக் குறிக்கலாம் அல்லது தொண்டரடிப்பொடி இதைப் படித்தபின் இதைத் தனது பெயராக எடுத்துக்கொண்டிருக்கலாம் என்று சொல்கிறார்கள். எப்படியும் குலசேகரப் பெருமான் எட்டாம் நூற்றாண்டைச் சேர்ந்தவர் என்று நம்ப இடம் இருக்கிறது.

இவர், 'பெருமாள் திருமொழி' என்று 105 பாடல்களைப் பாடி யுள்ளார். ராமாவதாரத்தையும் கிருஷ்ணாவதாரத்தையும் சிறப் பிக்கும் பாடல்கள். திருவரங்கப் பெருமானைக் காண விரும்பும் ஏக்கத்துடன் தொடங்குகிறார்.

இருள்இரியச் சுடர்மணிகள் இமைக்கும் நெற்றி
இனத்துத்தி அணிபணம் ஆயிரங்கள் ஆர்ந்த
அரவரசப் பெருஞ்சோதி அனந்தனென்னும்
அணிவிளங்கும் உயர் வெள்ளை அணையை மேவி
திருவரங்கப் பெருநகருள் தெண்ணீர்ப் பொன்னி
திரைக்கையால் அடி வருடப் பள்ளி கொள்ளும்
கருமணியைக் கோமளத்தைக் கண்டு கொண்டு என்
கண்ணிணைகள் என்றுகொலோ களிக்கும் நாளே (647)

நெற்றியில் ஒளி பளிச்சிட, ஆயிரம் அணிகள் அணிந்த அரவரசன் ஆதிசேஷன் மேல் படுத்திருக்க, திருவரங்கத்தில் காவிரி நதியின் அலைகள் காலை வருடச் சயனித்திருக்கும் மாணிக்கத்தை, கோமளத்தை என் இரு கண்களும் என்றுதான் கண்டுகொண்டு களிக்குமோ!

இப்படி முப்பது பாடல்கள் அரங்கனைப் பாடிவிட்டு, திரு வேங்கடமுடையானுக்குச் செல்கிறார். அதில் இந்தப் பாசுரம் அடிக்கடி மேற்கோள் காட்டப்படுவது.

ஆனாத செல்வத்து அரம்பையர்கள் தற்சூழ
வானாளும் செல்வமும் மண்ணரசும் யான்வேண்டேன்
தேனார் பூஞ்சோலை திருவேங்கடச் சுனையில்
மீனாய்ப் பிறக்கும் விதியுடையேன் ஆவேனே (678)

தேவலோகத்து அரம்பையர்கள் என்னைச் சூழ்ந்துகொள்ள, தேவலோகத்தையும் பூமியையும் அரசாளும் பதவி கிடைத் தாலும் எனக்கு வேண்டாம். தேன் நிறைந்த பூஞ்சோலைத் திருவேங்கடத்தின் சுனையில் ஒரு மீனாகப் பிறந்தால் போதும்

என்கிறார்.

ஆழ்வார், வித்துவக்கோடு என்கிற கோவிலில் குடிகொண்ட திருமாலைப் போற்றி பத்து அருமையான பாசுரங்கள் செய்திருக் கிறார். இந்த வித்துவக்கோடு எங்கிருக்கிறது என்பது பற்றி ஆராய்ச்சிகள் உள்ளன. தற்காலத்தில் அதைக் கேரளத்தில் பட்டாம்பியிலிருந்து ஒரு மைலில் இருக்கிற உய்யவந்த பெருமாள் கோயில் என்கிறார்கள். இது கருவூரில் வித்துவக் கோட்டு அக்ரஹாரம் என்கிற இடத்திலிருந்து இப்போதுள்ள இடத்துக்கு மாற்றப்பட்ட கோயில் என்றும் சொல்வார்கள்.

குலசேகரப்பெருமானின் பிரசித்திபெற்ற பாடல் ஒன்று இந்தப் பத்தில் உள்ளது.

வாளால் அறுத்துச் சுடினும் மருத்துவன்பால்
மாளாத காதல் நோயாளன் போல் மாயத்தால்
மீளாத்துயர் தரினும் வித்துவக்கோட்டம்மா நீ
ஆளா உனதருளே பார்ப்பன் அடியேனே (691)

ஒரு மருத்துவன் கத்தியால் அறுத்துச் சூடு போட்டாலும் அவன் தன் உயிரைக் காப்பாற்றுவதால் நோயாளி அவனைக்

காதலிக்கிறான். அதுபோல் வித்துவக்கோட்டின் பெருமானே! மாயத்தால் மீளமுடியாத துயர் தந்தாலும் உன் அருளையே எதிர்நோக்கிக் காத்திருப்பேன் நான்

என்கிறார்.

இந்தப் பத்து பாடல்களிலும் இதே தொனியில் எந்தத் துயரம் தந்தாலும் உன்னை விடமாட்டேன் என்பது பல விதப் படிமங் களில் விரிகிறது.

பெற்ற தாய் கோபத்தால் விலக்கிவிட்டாலும் அவளை நினைத்தே அழும் குழந்தை போல நான்.

எந்தத் திசையிலும் கரை காணாமல் பறந்து திரிந்து கடைசியில் கடலில் சரண்பெறும் மரப்பறவைபோல நான்.

என்னதான் சுட்டாலும் சூரியனையே நோக்குவதுபோல நீ என்ன கஷ்டங்கள் கொடுத்தாலும் உன்னையே நோக்கும் தாமரை போல நான்.

பலநாளாக மழை பெய்யாவிட்டாலும் மேகத்தையே எதிர் பார்ப்பது போல என்னைத் துயரத்திலிருந்து விடுவிக்கா விட்டாலும் என் சித்தம் உன் மேலேயே வைத்திருக்கும் மேகம் போல நான்.

ஆறு எங்கு அலைந்தாலும் கடலில் போய்ச் சேர்வதுபோல் நீதான் என் புகல்.

இறுதியாக,

நின்னையேதான் வேண்டி நீள் செல்வம் வேண்டாதான் தன்னையேதான் வேண்டும் செல்வம்போல் மாயத்தால் மின்னையே சேர்திகிரி வித்துவக் கோட்டம்மானே நின்னையேதான் வேண்டி நிற்பன் அடியேனே (696)

அளவில்லாத பெரிய சொத்தை விரும்பாமல் உன்னையே வேண்டி நிற்பவனைச் செல்வம் தானாக வந்தடையும். அது போல, மின்னல் ஒளிச் சக்ராயுதத்தைத் தாங்கிய வித்துவக் கோட்டு அம்மானே! நீ எனக்கு அருளாவிடினும் உன்னையே நான் எப்போதும் வேண்டி இருப்பேன்.

இறைவனையே வேண்டிச் செல்வத்தை வேண்டாது இருப்பவருக்குச் செல்வம் தானாக வந்து சேரும் என்கிற கருத்து சிந்திக்கத்தக்கது.

பிரபந்தத்தில் சிறந்த பகுதிகளில் ஒன்று வித்துவக்கோட்டுப் பாசுரங்கள்.

'பெருமாள் திருமொழி'யில் 'ஆலை நீள்கரும்பு' என்று தொடங்கும் ஏழாம் பத்தில் அற்புதமான பாடல்களைக் குலசேகர ஆழ்வார் பாடியிருக்கிறார்.

அதில் ஒரு பாடலில், தான் யசோதையாக இல்லையே என்று ஒரு தாய் ஏங்குவதாகப் பாடியிருக்கும் பாட்டு அதிசயமானது.

மருவும் நின்திரு நெற்றியில் சுட்டி
அசைதர மணி வாயிடை முத்தும்
தருதலும் உன்றன் தாதையைப் போலும்
வடிவுகண்டு கொண்டு உள்ளம் உள்குளிர
விரலைச் செஞ்சிறு வாயிடைச் சேர்த்து
வெகுளியாய் நின்று உரைக்கும் அவ்வுரையும்
திருவிலேன் ஒன்றும் பெற்றிலேன் எல்லாம்
தெய்வ நங்கை யசோதை பெற்றாளே (712)

நெற்றியில் சுட்டி அசைய, வாயில் முத்தம் தருவதும், விரலை வாயில் வைத்துப் பேசும் வெகுளிப் பேச்சும் எதுவும் நான் பெறவில்லையே! இந்த பாக்கியம் எல்லாம் அந்த யசோதை பெற்றாளே...

இவ்வாறு கிருஷ்ணாவதாரத்தின் பல செயல்களைச் சொல்லி அவற்றைப் பார்க்கும் பேறை தான் பெறவில்லையே என்று ஏங்கும் பாடல்கள் இப்பத்தில் உள்ளன. குலசேகரரின் 'மன்னு புகழ் கௌசலைதன் மணிவயிறு வாய்த்தவனே' என்ற பாசுரத்தை நீலாம்பரி ராகத்தில் கேட்காதவர்கள் சொற்பமே. அந்தப் பத்தில் உள்ள அதிகம் மேற்கோள் இடப்படாத ராமாவதாரப் பாடல்களில் இரண்டு இவை:

மலையதனால் அணை கட்டி மதில் இலங்கை அழித்தவனே
அலைகடலைக் கடைந்த அமரர்க்கு அமுதருளிச் செய்தவனே
கலைவலவர் தாம் வாழும் கணபுரத்தென் கருமணியே
சிலைவலவா சேவகனே சீராமா தாலேலோ (726)

மலையால் அணை கட்டி இலங்கையை வென்றவனே! கடலைக் கடைந்து தேவர்களுக்கு அமுதம் அளித்தவனே! பல்வேறு கலைகளில் வல்லவர்கள் வாழும் திருக்கண்ண புரத்துப் பெருமானே! வில் திறமையுள்ளவனே! உலகத்தைக் காப்பவனே! இராமனே! தாலேலோ!

குலசேகர ஆழ்வாரின் எட்டாம் நூற்றாண்டுக் காலத்திலிருந்து திருகண்ணபுரக்கோயில் இருந்திருக்கிறது என்பதை நிரூபிக் கிறது. 'முகுந்தமாலை' என்னும் சமஸ்க்ருத நூலை எழுதியவரும் குலசேகர ஆழ்வார்தான் என்று நம்பப்படுகிறது. ஆனால், திவ்யசூரி சரிதம் இதைக் குறிப்பிடவில்லை. ஆகவே குலசேகரர் என்ற பெயர் படைத்த பிற்காலத்துக் கேரள வேந்தர் ஒருவர் 'முகுந்தமாலை'யைச் செய்திருக்கலாம் என்று ஆராய்ச்சி யாளர்கள் கருதுகிறார்கள்.

தேவரையும் அசுரரையும் திசைகளையும் படைத்தவனே
யாவரும் வந்து அடிவணங்க அரங்கநகர்த் துயின்றவனே
காவிரிநல் நதிபாயும் கணபுரத்தென் கருமணியே
ஏவரி வெஞ்சிலை வலவா, இராகவனே தாலேலோ (728)

தேவாசுரர்களையும் திசைகளையும் படைத்தோனே, எல்லோரும் வந்து வணங்கும் திருவரங்கத்தில் பள்ளி கொண்டிருப்பவனே, காவிரி நதி பாயும் திருக்கண்ணபுரத்தில் இருப்பவனே, வில் வித்தையில் சிறந்தவனே, ராகவா, தாலேலோ.

குலசேகரர், கம்பர் அளவுக்கு உருக்கமாக ராமாயணக் கதையில் அயோத்தியில் நடந்த சம்பவங்களைப் பாடியிருக்கிறார். கம்பரின் முன்னோடி என்றுகூட இவரைச் சொல்லலாம். தசரதன் புலம்புவதாக அமைந்தது இந்தப் பாட்டு:-

வெவ்வாயேன் வெவ்வுரை கேட்டு இரு நிலத்தை
    வேண்டாதே விரைந்து வென்றி
மைவாய களிறொழிந்து தேரொழிந்து
    மாவொழிந்து வனமே மேவி
நெவ்வாய வேல் நெடுங்கண் நேரிழையும்
    இளங்கோவும் பின்பு போக
எவ்வாறு நடந்தனையெம் இராமாவோ
    எம்பெருமான் என் செய்கேனே (731)

என்னுடைய கொடுமையான ஆணையைக் கேட்டு
ராச்சியத்தைத் துறந்து, வேல் போன்ற கண்ணுடைய
மனைவியுடனும், தம்பியுடனும் எவ்வாறு நடந்தாயோ?
ராமனே! எம்பெருமானே! நான் என்ன செய்துவிட்டேன்!

தசரதன் இறந்துபோவதன் முன் சாசனமாக இருக்கிறது இந்தப்
பாடல்:-

தேன்தருமா மலர்க்கூந்தல் கௌசலையும்
    சுமித்திரையும் சிந்தை நோவ
கூனுருவில் கொடுந்தொழுத்தை சொற்கேட்ட
    கொடியவள்தன் சொற்கொண்டு இன்று
கானகமே மிக விரும்பி நீ துறந்த
    வளநகரைத் துறந்து நானும்
வானகமே மிக விரும்பிப் போகின்றேன்
    மனுகுலத்தார் தங்கள் கோவே (739)

கௌசலையும் சுமித்திரையும் வருந்த, கூனி சொல்லைக்
கேட்டுக் கொடிய கைகேயியின் ஆணையை மேற்கொண்டு
காட்டுக்கு விருப்பத்துடன் இந்த நகரத்தைத் துறந்து சென்றாய்.
இதே நகரத்தைத் துறந்து நானும் சாவை விரும்பிப் போகிறேன்.

சிதம்பரத்தில் நடராசர் சன்னதிக்கு எதிரே உள்ள விஷ்ணு
கோயில், ஆழ்வார் பாடல்களில் தில்லைத் திருச்சித்திரகூடம்
என்று அழைக்கப்படுகிறது. ராமாயணத்தின் சித்திர
கூடத்திலிருந்து வந்த பெயர். இந்த இடத்தைப் பாடும் பத்தாம்
பத்தில், சுருக்கமாக ராமாயணச் சம்பவங்கள் முழுவதையும்
குலசேகர ஆழ்வார் சொல்லிவிடுகிறார்.

1.

வெங்கதிரோன் குலத்துக்கோர் விளக்காய்த் தோன்றி
    விண்முழுவதும் உயக்கொண்ட வீரன் தன்னை
செங்கண் நெடு கருமுகிலை இராமன் தன்னை... (741)

சூரிய குலத்தின் விளக்காய்த் தோன்றி எல்லோரையும்
காப்பாற்றிய சிவந்த கண் கரிய மேனி வீரன் ராமன்

2.

வந்தெதிர்த்த தாடகைதன் உரத்தைக் கீறி
    வருகுருதி பொழிதர வன்கணை ஒன்று ஏவி... (742)

எதிரே வந்த தாடகையை வென்று அவள்மேல் உதிரம் பொங்க அம்பு எறிந்து யாகத்தைக் காத்து அரக்கர்களைக் கொன்று

3.

செவ்வரிநற் கருநெடுங்கண் சீதைக்காகிச்
சினவிடையோன் சிலைஇறுத்து மழுவாள் ஏந்தி... (743)

செவ்வரி படர்ந்த கரிய நீண்ட கண்களைக் கொண்ட சீதைக்காகச் சிவனின் வில்லை வளைத்து அறுத்து அவளை மணம் புரிந்து

4. நான்காவது பாடலை முழுவதும் பார்ப்போம்.

தொத்தலர் பூஞ்சுரிகுழல் கைகேசி சொல்லால்
தொல் நகரம் துறந்து துறைக் கங்கை தன்னைப்
பத்தியுடைக் குகன் கடத்த வனம்போய்ப் புக்குப்
பரதனுக்குப் பாதுகமும் அரசும் ஈந்து
சித்திரகூடத்திருந்தான் தன்னை இன்று-
தில்லைநகர்த் திருச்சித்ர கூடந்தன்னுள்
எத்தனையும் கண்குளிரக் காணப்பெற்ற
இருநிலத்தார்க்கு இமையவர்நேர் ஒவ்வார்தாமே (744)

கைகேசி சொல்லைக் கேட்டு அயோத்தியைத் துறந்து குகன் ஓடத்தில் கடத்த, காட்டுக்குச் சென்று பரதனுக்குப் பாதுகையும் அரசையும் தந்து சித்திரகூடத்தில் இருந்தவனை இன்று தில்லைத் திருச்சித்ரக்கூடத்தில் கண்குளிரத் தரிசித்த மனிதர்கள் தேவர்களுக்கு ஈடானவர்கள்.

5.

வலிவணக்கு வரைநெடும்தோள் விராதைக் கொன்று
வண்டமிழ்மா முனிகொடுத்த வரிவில் வாங்கி
கலைவணக்கு நோக்கரக்கி மூக்கை நீக்கிக்
கரனோடு தூடணன்தன் உயிரை வாங்கி
சிலைவணக்கி மான்மாரிய வெய்தான்... (745)

விராதனைக் கொன்று, தமிழ்முனிவன் தந்த வில்லை வாங்கிக் கொண்டு சூர்ப்பனகை மூக்கை அறுத்து கரதூஷணர்களையும் கொன்று மானைத் துரத்திச் சென்று

6.

மனம்மருவு வைதேகி பிரியலுற்று
தளர்வெய்திச் சடாயுவை வைகுந்தத் தேத்தி
வனம்மருவு கவியரசன் காதல் கொண்டு
வாலியைக் கொன்று இலங்கைநகர் அரக்கர்கோமான்
சினமடங்க மாருதியாற் கடுவித்தானை... (746)

மனைவி வைதேகியை இழந்து தளர்ந்து, சடாயுவை வைகுந்தத்துக்கு அனுப்பி, சுக்ரீவனுடன் நட்பு கொண்டு வாலியைக் கொன்று, இராவணன் சினம் அடங்க அனுமனை அனுப்பி, இலங்கைக்கு நெருப்பு வைத்து

7.

குரைகடலை அடல் அம்பால் மருகவெய்து
குலை கட்டி மறுகரையை அதனால் ஏறி
எரிநெடுவேல் அரக்கரொடும் இலங்கை வேந்தன்
இன்னுயிர் கொண்டு அவன் தம்பிக்கு அரசும் ஈந்து
திருமகளோடு இனிது அமர்ந்த செல்வன்... (747)

கடலை அம்பெய்திப் பிரித்து மறுகரையை அடைந்து அரக்கர் களையும் இலங்கை வேந்தனையும் கொன்று, அவன் தம்பிக்கு அரசு கொடுத்து, சீதையோடு சிம்மாசனத்தில் அமர்ந்தவன்

8. எட்டாம் பாடலில், தன் மகன்களான லவ குசர்களிடம் தன் கதையையே கேட்டதையும், ஒன்பதாவது பாட்டில் சம்புகன் இலவணன் போன்றவர்களைக் கொன்றதையும் லட்சுமணனைப் பிரிந்ததையும் போன்ற அரிய கதைகளைக் குறிப்பிடுகிறார். குலசேகரர் காலத்து ராமயணக் கதைகளின் கூறுகள் சில கிடைக்கின்றன. குலசேகரரின் பத்தாம் பாடல் அற்புதமானது.

அன்று சராசரங்களை வைகுந்தத்தேற்றி
அடலரவப் பகையேறி அசுரர்தம்மை
வென்று இலங்கு மணி நெடும்தோள் நான்கும் தோன்ற
விண்முழுதும் எதிர்வரத் தன் தாமம் மேவி
சென்று இனிது வீற்றிருந்த அம்மான்... (750)

என, நான்கு புஜங்களும் தோன்றி விஷ்ணுவாக மாறி இராமன் வைகுந்தத்தில் மறு பிரவேசம் செய்வதை வர்ணிக்கிறார்.

அரசைத் துறந்து திருமாலின் நற்பணியில் முழுதும் ஈடுபட்ட குலசேகரரின் ராமாயணச் சுருக்கப் பாசுரங்கள் முக்கியமானவை.

11. தொண்டரடிப்பொடி ஆழ்வார்

பிரபந்தத்தில் திருப்பாணாழ்வாரை அடுத்து, குறைந்த எண்ணிக்கைப் பாசுரங்களை எழுதி யிருப்பவர் தொண்டரடிப்பொடி ஆழ்வார். முதல் ஆயிரத்தில் திருமாலை 45 பாசுரங்களும், திருப்பள்ளியெழுச்சி 11 பாசுரங்களும் பாடி யுள்ளார். மிகவும் உருக்கமான, நேரடியான, எளிய தமிழில் உள்ளத்தைக் கொள்ளை கொள்ளும் பாசுரங்கள் தொண்டரடிப்பொடி யுடையவை. இவர் பாடிய தலங்களில் இவ் வுலகில் உள்ளவை திருவரங்கமும் வேங்கட மும்தான். மற்ற தலம் பரமபதம். தொண்டரடிப் பொடி என்பது ஒரு வகையான புனைப்பெயர். வைணவ மரபில் பகவானின் அடியார்களின் திருவடி தூசுகூடப் புனிதமானது என்ற நம்பிக்கையின் அதீத வடிவமாகத் தொண்ட ரடிப்பொடி என வைத்துக்கொண்டார்.

இவரது இயற்பெயர் விப்ர நாராயணன். சோழ நாட்டில் தஞ்சாவூரிலிருந்து கும்பகோணம் செல்லும் பாதையில் புள்ளம்பூதங்குடிக்கு அருகில் உள்ள மண்டங்குடி என்னும் ஊரில் மார்கழி மாதம் கேட்டை நட்சத்திரத்தில்

கிருஷ்ணபட்சம் சதுர்தசியில் பூர்வசிக வைணவ அந்தணர் குலத்தில் பிறந்தவர். திருவரங்கத்துக்கு வந்து அந்தப் பெருமானால் வசீகரிக்கப்பட்டு அரங்கத்திலேயே அவருக்கு மாலை கட்டிக்கொண்டு வாழத் தீர்மானித்தார். ஓர் அழகிய நந்தவனம் அமைத்துப் பல மலர்களைப் பயிரிட்டு மாலை தொடுத்து திருமாலுக்கு அவற்றை வழங்கிவந்தார்.

தொண்டரடிப்பொடி ஆழ்வாரின் வாழ்க்கை பற்றிய சுவாரசியமான கதை உண்டு. அதில் தேவ தேவி என்கிற அழகிய தேவதாசிப் பெண் தன் தமக்கையிடம் இந்த பிராமணனை வசீகரிக்கிறேன் பார் என்று சூளுரைத்து, நந்தவனத்தில் மலர் கொய்ய அவருக்கு உதவ விரும்புவதாக நைச்சியமாகப் பேசி அவர் வாழ்வில் நுழை கிறாள். ஓர் இரவு மழை பெய்ய, மழையில் நனைந்தவளுக்கு ஆடைகள் கொடுக்கும்போது தன்னை இழக்கிறார். மாலை கட்டும் வேலையை அறவே மறந்து போகிறார். தேவதேவி தன் சபதம் நிறைவேறிவிட, தாசித்தொழிலுக்குத் திரும்புகிறாள். ஆழ்வாரால் தேவதேவியை மறக்க முடியவில்லை. அவளுக்குக் கொடுக்கப் பொருள் இன்றித் தவிக்கிறார்.

பகவான் தன் பக்தன் தடுமாறுவதை உணர்ந்து தன் பஞ்சபாத்திரங் களில் ஒரு தங்கப் பாத்திரத்தை வேலைக்காரன் போலச் சென்று தேவதேவியின் தாயிடத்தில் கொடுக்க, திருட்டு கண்டுபிடிக்கப் பட்டு சோழனால் விசாரிக்கப்பட்டு பகவான் அரசன் கனவில் தோன்றி நிலைமையை விளக்க, ஆழ்வார் திருந்துகிறார். மிகச் சுவாரசியமான, இரண்டு, மூன்று முறை சினிமாவாக எடுக்கப் பட்ட இந்தக் கதைக்கு ஆதாரம் எதுவும் இல்லை. ஆழ்வார் தன் பாடல்கள் ஒன்றில்,

மாதரார் கயற்கண் எண்ணும்
        வலையில்பட்டு அழுந்துவேனைப்
போதரே என்று சொல்லிப்
        புந்தியுள் புகுந்து தன்பால்
ஆதரம் பெருக வைத்த அழகன்... (887)

பெண்களின் அழகிய கண்கள் வீசும் வலையில் சிக்கி அழுந்துகிறவனை, போகாதே என்று சொல்லி என் புத்தியில் புகுந்து தன்பால் ஆதரவு பெருக வைத்த அழகான திருமால்

போன்ற வரிகளின் ஆதாரத்தில் பிறந்த கற்பனை என்றுதான் இதைச் சொல்லத் தோன்றுகிறது. தொண்டரடிப்பொடியின்,

சுரும்பமர் சோலை சூழ்ந்த
அரங்கமா கோயில் கொண்ட
கரும்பினைக் கண்டு கொண்டு
என் கண்ணிணைக் களிக்குமாறே (888)

என்கிற திருமாலை வரிகளை திருமங்கையாழ்வார் தன் திருக்குறுந்தாண்டகம் 13-வது பாடலில் அப்படியே எடுத்தாண்டிருக்கிறார். இதனால் இவர் திருமங்கை மன்னனுக்குச் சமகாலத்தவர் அல்லது சற்று மூத்தவர் என எண்ணத் தோன்றுகிறது. இருவரும் சந்தித்ததாகக் குறிப்புகள் எதுவும் இல்லை.

தொண்டரடிப் பொடியின் திருப்பள்ளியெழுச்சி தமிழின் முதல் சுப்ரபாதம். கம்பீரமான பாடல்கள்.

கதிரவன் குணதிசைச் சிகரம் வந்து அணைந்தான்
கனைஇருள் அகன்றது காலைஅம் பொழுதாய்
மதுவிரிந்தொழுகின மாமலர் எல்லாம்
வானவர் அரசர்கள் வந்துவந்து ஈண்டி
எதிர்திசை நிறைந்தனர் இவரொடும் புகுந்த
இருங்களிற்று ஈட்டமும் பிடியொடு முரசும்
அதிர்தலில் அலைகடல் போன்றுளதெங்கும்
அரங்கத்தமா பள்ளி எழுந்தருளாயே (917)

சூரியன் கிழக்கே தோன்றிவிட்டான்; இருள் அகன்றது. காலைப் பொழுது, மலர்களில் தேன் ஒழுகுகிறது. தேவர்கள் வந்து எதிர் எதிர் திசையை நிரப்புகிறார்கள். அவர்களுடன் ஆண்-பெண் யானைகளின் கூட்டமும் வந்துள்ளன. முரசு கடல் அலை போல அதிர்கிறது. அரங்கனே எழுந்திரு.

இவ்வாறு பகவானையே எழுப்பும் பாடல்கள் பதினொன்று உள்ளன. திருவரங்கப் பெருமானை எழுப்ப வந்த தேவர்கள், கடவுளர்கள் அனைவரையும் அழகாகத் தொகுத்துப் பட்டியல் இடுகிறார். இவர்களுக்கெல்லாம் நாளோலக்கம் அருளுவதற்கு எழுந்திருப்பாய் என்கிறார். ஒலக்கம் என்றால், அத்தாணி மண்டபத்தில் கூடுவது.

தொண்டரடிப்பொடியின் திருமாலை அனைத்தும் ரத்தினங்கள். இந்தப் பாடலை எவ்வளவு முறை கேட்டிருக்கிறோம்!

பச்சைமா மலைபோல் மேனி பவளவாய் கமலச் செங்கண்
ஆச்சுதா அமரர் ஏறே ஆயர்தம் கொழுந்தே என்னும்

இச்சுவை தவிர யான்போய் இந்திர லோகம் ஆளும்
அச்சுவை பெறினும் வேண்டேன் அரங்கமா நகருளானே (873)

அரங்கனே, உன் பேரைச் சொல்லும் இன்பம் இந்திர பதவியை விடப் பெரிது என்கிறார்.

வேதநூல் பிராயம் நூறு மனிசர்தாம் புகுவரேலும்
பாதியும் உறங்கிப் போகும் நின்றதில் பதினையாண்டு
பேதை பாலகனதாகும் பிணி, பசி, மூப்பு, துன்பம்
ஆதலால் பிறவி வேண்டேன் அரங்கமா நகருளானே (874)

வேதங்கள் மனிதனுக்கு நூறு வயசு எனச் சொன்னாலும் அதில் பாதி தூக்கத்தில் போய்விடுகிறது. பதினைந்து ஆண்டுகள் சிறுவனாகக் கழிந்துவிடுகின்றன. மீதத்தில், வியாதி, பசி, வயதாவது, துன்பம் என்னும் விரயம். இதனால் பிறவியே வேண்டாம் அரங்கனே.

ஆழ்வார் அறுசீர் ஆசிரிய விருத்தத்தின் துல்லிய வடிவை மிகச் சரளமாகப் பயன்படுத்துகிறார்.

இந்தப் பாடலும் பிரசித்தமானது.

குடதிசை முடியை வைத்துக் குணதிசை பாதம் நீட்டி
வடதிசை பின்பு காட்டித் தென்திசை இலங்கை நோக்கி
கடல்நிறக் கடவுள் எந்தை அரவணைத்துயிலுமா கண்டு
உடல் எனக்கு உருகுமாலோ என்செய்கேன் உலகத்தீரே! (890)

மேற்குப் பக்கம் தலையை வைத்துக்கொண்டு, கிழக்குப் பக்கம் கால்நீட்டி, வடக்குப் பக்கம் முதுகு காட்டி, தெற்கே முகம் நோக்கி, கடலின் நிறமுள்ள கடவுளான திருமால் சயனித்திருக்கும் அழகைக் கண்டு என் உடல் உருகுகிறதே என்ன செய்வேன்!

தொண்டரடிப்பொடி ஆழ்வார் புத்த சமண மதங்களைக் கடுமையாகத் தாக்குகிறார். இதனால் அவர் காலம் பௌத்தமும் சமணமும் சைவ வைணவங்களுடன் போட்டியிட்ட ஏழாம் நூற்றாண்டு என்று கருதத் தோன்றுகிறது.

புலையறம் ஆகி நின்ற புத்தொடு சமணமெல்லாம்
கலையறக் கற்ற மாந்தர் காண்பரோ கேட்பரோதாம்
தலையறுப்புண்டும் சாகேன் சத்தியம் காண்மின் ஐயா
சிலையினால் இலங்கை செற்ற தேவனே தேவனாவான் (878)

தலையை அறுத்தாலும் பௌத்தத்தையும் சமணத்தையும் சம்மதிக்க மாட்டேன். வில்லால் இலங்கையை வென்ற அவனே தேவன்.

மற்றுமோர் தெய்வமுண்டே மதியிலா மானிடங்காள்
உற்றபோதன்றி நீங்கள் ஒருவன் என்று உணரமாட்டீர்
அற்றமேல் ஒன்றறியீர் அவனல்லால் தெய்வமில்லை
கற்றினம் மேய்த்த எந்தை கழலிணை பணிமினீரே (880)

மதியில்லாத மானிடர்களே! அவனை விட்டால் வேறு தெய்வம் உண்டா? இதைச் சாகும்போதுதான் உணர்வீர்களா? கன்று மேய்த்த கண்ணனின் அடிபணிந்தால் உங்களுக்கு ஒரு வருத்தமும் (அற்றம்) இல்லை.

திருவரங்கத்தைச் சூழ்ந்துள்ள சோலையை அவர் வருணிக்கும் பாடலும் பிரசித்தமானது.

வண்டினம் முரலும் சோலை மயிலினம் ஆலும் சோலை
கொண்டல் மீதணவும் சோலை குயிலினம் கூவும் சோலை
அண்டர்கோன் அமரும் சோலை அணி திருவரங்கம் (885)

வண்டுகள் பாட, மயில்கள் ஆட, மேகங்கள் அணுகும் (அணவும்), தேவதேவன் அமரும் சோலை திருவரங்கம்

என்கிறார்.

வெற்றுப்பேச்சால் அவனை அறியமுடியாது என்கிறார்.

பேசிற்றே பேசல் அல்லால் பெருமை ஒன்று உணரலாகாது
ஆசற்றார் தங்கட்கல்லால் அறியலாவானும் அல்லன்
மாசற்றார் மனத்துளானை வணங்கிநாம் இருப்பதல்லால்
பேசத்தான் ஆவதுண்டோ பேதை நெஞ்சே நீ சொல்லாய் (893)

பேச்சால் அவன் பெருமையை உணரமுடியாது. குற்றம் அற்றவர்களால் (ஆசற்றார்) மட்டுமே அவனை அறிய முடியும். தூயவர் மனத்தில் உள்ளவனை வணங்கி இருப்ப தல்லாமல் பேச்சினால் எதுவும் முடியாது.

பிரபந்தத்திலேயே மிக உருக்கமான இரண்டு பாடல்கள் இவை:-

ஊரிலேன் காணியில்லை உறவுமற்றொருவரில்லை
பாரில் நின் பாதம் அல்லால் பற்றிலேன் பரம மூர்த்தி

காரொளி வண்ணனே என் கண்ணனே கதறுகிறேன்
ஆருளார் களைகண் அம்மா அரங்கமா நகருளானே (900)

மனத்திலோர் தூய்மை இல்லை வாயிலோர் இன்சொல் இல்லை
சினத்தினால் செற்றம் நோக்கித் தீவிளி விளிவன்வாளா
புனத்துழாய் மாலையானே பொன்னிசூழ் திருவரங்கா
எனக்கினி கதியென் சொல்லாய் என்னை ஆளுடையகோவே
(901)

எனக்கு ஊரில்லை, நிலம் இல்லை, உறவு இல்லை. உன் பாதத்தைத் தவிர வேறு பற்றுக்கோல் இல்லை. கரியநிறக் கண்ணனே, கதறுகிறேன். எனக்கு வேறு யார் வினை தீர்ப்பவர் கள்? மனத்தில் தூய்மை இல்லை, வாயில் இனிய சொல் இல்லை. கோபத்தில் விழித்து எதிரிகளை அழித்த, துளசி மாலை அணிந்த பெருமானே, எனக்கு இனி என்ன கதி, சொல்!

என்னை ஆளுகிற அரசனே என்று தன்னிடத்தில் உள்ள இய லாமையை, பரிபாஷையில் சொன்னால், உபாய சூன்யதையைச் சொல்கிறார். சரணாகதி என்று சொல்லி எல்லா பாரத்தையும் பகவானிடத்தில் விட்டு அவனை மட்டும் தொழுவது வைணவ மரபு. அந்தச் சரணாகதி தத்துவத்தின் சாரம் போன்றவை இந்த இரு பாடல்களும். திருமாலைக்கே உயிர் என்று சொல்லும் முப்பத்தெட்டாம் பாட்டு மிகுந்த சிந்தனைக்கு உரியது.

மேம்பொருள் போகவிட்டு மெய்ம்மையை மிக உணர்ந்து
ஆம்பரிசறிந்து கொண்டு ஐம்புலன் அகத்தடக்கிக்
காம்பறத் தலைசிரைத்து உன் கடைத்தலை இருந்து வாழும்
சோம்பரை உகத்திபோலும் சூழ்புனல் அரங்கத்தானே (999)

மேம்போக்கான விஷயங்களை விட்டுவிட்டு, உண்மையை உணர்ந்து, புலன்களை அடக்கி, மொட்டை அடித்துக் கொண்டு, உன் வாசலிலேயே இருந்து வாழும் சோம்பர்கள் தான் உனக்கு உகப்பு போலும்

என்று ஆழ்வார் சொல்கிறார். இவ்வாறு இருப்பவர்கள் ரகஸ்யத்ரய நிஷ்டர்கள் என்று சொல்கிற முற்றும் துறந்தவர்கள். இவர்களின் நிலைதான், வைணவத்தின் உன்னத நிலை.

12. நம்மாழ்வார்

ஆழ்வார்களில் முதன்மையானவர், மிகச்
சிறந்தவர் நம்மாழ்வார் என்பதில் கருத்து
வேறுபாடு இருக்க முடியாது. இவர் இயற்றி
யவை திருவிருத்தம் 100, திருவாசிரியம் 7,
பெரிய திருவந்தாதி 97, திருவாய்மொழி 1102
பாசுரங்கள். இதில் திருவாசிரியம் ஏழு
பாடல்கள் கணக்கு கொஞ்சம் கேள்விக்கு
உரியது. ஏன் பதிகமாக இல்லாமல் ஏழு
பாடல்கள் என்று கேட்பவரும், அதை ஒரே
ஒரு ஆசிரியப்பாவாகக் கருதுவோரும்
உண்டு.

ஆழ்வார் வைகாசி விசாக நட்சத்திரத்தில்
பிறந்தவர். திருக்குருகூர் (ஆழ்வார் திருநகரி)
என்று அழைக்கப்படும் தலத்தில் பிறந்தவர்.
இவர் காலம் 9-ம் நூற்றாண்டின் முற்பகுதி
என்று சொல்வதற்கான கல்வெட்டு ஆதாரங்
கள் உள்ளன. இவர் தந்தை பெயர் மாறன் காரி.
வேளாள மரபில் சிறப்பாக வாழ்ந்தவர்.
இவருடைய தாய் திருவெண்பரிசாரத்தைச்
சேர்ந்த உடைய நங்கையார் என்பவர்.

நம்மாழ்வார் பிறந்தபோது அவருக்கு இடப்பட்ட பெயர் மாறன் என்பது தெரிகிறது. மாறன் என்ற பெயர் அவருடைய பாட்ட னாருடையது. அது பேரனுக்கு இடப்பட்டது. இவரது மற்ற பெயர்கள் சடகோபன், பராங்குசன் போன்றவை. இதில் சட கோபன் என்ற பெயர் இவருடைய சிறுவயது நிகழ்ச்சி தொடர் பானது. 'சடம்' என்றால் வாயு. குறிப்பாக பூர்வஜென்ம வாயு. அந்தக் காற்று குழந்தையை முதலில் சூழ்ந்து கொள்ளும்போது அது அழுமாம். நம்மாழ்வார் பிறந்ததும் அழவே இல்லையாம். அதனால் சடம் என்னும் வாயுவை முறித்ததனால் சடகோபன் என்று பெயர் சூட்டினார்களாம்.

நம்மாழ்வார் திருமாலின் திருவடியின் அம்சம் என்று நம்புவதும் உண்டு. அதனால் பெருமாள் சந்நிதிகளில் வணங்கும்போது வைக்கும் 'சடாரி'யை 'சடகோபம்' என்று சொல்கிறார்கள்.

பராங்குசன் என்ற பெயர் பின்னால் வந்திருக்கலாம். பக்தி என்கிற அங்குசத்தால் பரமனை வசப்படுத்தியதால் பராங்குசன். நம்மாழ்வாரை ஆன்மாவாகவும் மற்ற ஆழ்வார்களை அவருடைய சரீரமாகவும் உருவகிக்கும் சம்பிரதாயமும் உண்டு. இவர் இயற்றிய நான்கு பகுதிகளையும் நான்கு வேதங்களின் சாரம் என்று சொல்வதும் உண்டு. நம்மாழ்வாரின் திருவாய் மொழியை திராவிட வேதம் என்று சொல்கிறார்கள். இவை யெல்லாம் வைணவர்களுக்கு நம்மாழ்வார் எவ்வளவு முக்கிய மானவர் என்பதைத் தெரிவிக்கின்றன.

'நம்' ஆழ்வார் என்று சொந்தம் கொண்டாடும் சிறப்பு அவருக்கு மட்டுமே உரியது. தமிழிலக்கியத்தில் மிக மிக உயர்வான கருத்துகள் நம்மாழ்வாரின் பாசுரங்களில் பரவலாக இடம் பெற்றிருக்கின்றன. உதாரணம் பார்ப்போம். திருவாசிரியத்தில் இரண்டு பாடல்கள்:

யாவகை உலகமும் யாவரும் இல்லா
மேல்வரும் பெரும்பாழ்க் காலத்து இரும்பொருட்
கெல்லாம் அரும்பெறல் தனிவித்து ஒருதான்
ஆகித் தெய்வ நான்முகக் கொழுமுளை
ஈன்று முக்கண் ஈசனொடு தேவுபல
நுதலி மூவுலகம் விளைத்த உந்தி
மாயக் கடவுள் மாமுதல் அடியே (2581)

எந்த வகை உலகமும் உயிரினமும் இல்லாத அந்தப் பெரிய பாழ்க் காலத்தில் பொருள்களுக்கெல்லாம் வித்தாய் ஒரே ஒரு 'தானா'ய் பிரமனையும் ஈசனையும் தேவர்களையும் கொண்டு வந்து மூன்று உலகங்களையும் உண்டாக்கின திருமாலின் முதல் அடி.

செக்கர் மாமுகில் உடுத்து மிக்க செஞ்சுடர்
பரிதி சூடி அஞ்சுடர் மதியம் பூண்டு (2578)

என்று மேகத்தையும் சூரியனையும் சந்திரனையும் திருமாலின் உடைகளாக அணிவிக்கிறார். திருவாசிரியத்தின் இறுதியில்,

நளிர்மதிச் சடையனும் நான்முகக் கடவுளும்
தளிர்ஒளி இமையவர் தலைவனும் முதலா
யாவகை உலகமும் யாவரும் அகப்பட
நிலம், நீர், தீ, கால், சுடர் இரு விசும்பும்
மலர்சுடர் பிறவும் சிறிதுடன் மயங்க
ஒரு பொருள் புறப்பாடின்றி முழுவதும்
அகப்படக் கரந்து ஓர் ஆலிலைச் சேர்ந்த எம்
பெருமா மாயனை அல்லது
ஒருமா தெய்வம் உடையமோ யாமே (2584)

சிவனும், பிரம்மாவும், இந்திரன் முதலான தேவர்களும் எல்லா உலகங்களும் நிலம், நீர், நெருப்பு, காற்று, சூரிய சந்திரர்கள்; நட்சத்திரங்கள் அனைத்திலும் விட்டுவைக்காமல் விதிவிலக்கின்றி மறைந்து விரவியிருந்து ஆலிலைமேல் தூங்கும் எம்பெருமானை அல்லாது வேறு தெய்வம் எங்களுக்கு உண்டோ!

நம்மாழ்வாரைப் பற்றிய குரு பரம்பரைக் கதைகள், அவர் சிறு குழந்தையாக இருக்கும்போது வாய் பேசாமல் இருப்பதைக் கண்டு பெற்றோர் கவலைப்பட்டதைச் சொல்கின்றன. குழந்தையை ஆழ்வார் திருநகரி கோயிலில் இருந்த புளியமரத்தடி யில் தொட்டில் கட்டி, பெருமானின் அருள் வேண்டிக் காத்திருந்தார்களாம். ஒருநாள் குழந்தை தாயின் இடுப்பிலிருந்து இறங்கி வந்து புளியமரத்தின் பொந்தில் வந்து உட்கார்ந்து கொண்டதாம். இவ்வகையில் குழந்தை 16 ஆண்டுகள்வரை பொந்திலேயே அமர்ந்திருந்ததாம். (ஆழ்வார் திருநகரியில் ஒரு பழைய புளியமரம் இன்றும் இருப்பதைக் காணலாம்.) இந்த

மௌனமான குழந்தையைப் பற்றி அக்கம்பக்கத்தில் விந்தையாகப் பேசிக்கொண்டார்கள்.

இந்நிலையில் திருக்கோளூரைச் சேர்ந்த மதுரகவியார் ஒரு நாள் அவருக்குத் தென்திசையில் ஜோதி தெரிந்ததால் அதைத் தொடர்ந்து இங்கு வந்தார். மௌனக் குழந்தையைக் கைதட்டிப் பார்த்தார். 'சுவாமி' என்று விளித்தார். பதில் இல்லை. ஒரு பெரிய கல்லைத் தூக்கிப்போட்டுச் சப்தமிட்டு ஆழ்வாரை எழுப்பினாராம் மதுரகவியார். 'செத்ததின் வயிற்றில் சிறியது பிறந்தால் எத்தைத் தின்று எங்கே கிடக்கும்' என்றாராம்.

இதற்குப் பதிலாக நம்மாழ்வார் முதன்முதலாக, 'அத்தைத் தின்று அங்கே கிடக்கும்' என்றாராம்.

இந்தக் கேள்வி பதிலின் உள்ளர்த்தம் மிக ஆழமானது. இதைப் பற்றியே பல பக்கங்கள் எழுதலாம். ஆத்மாவுக்கும் உடலுக்கும் உள்ள தொடர்பைப் பற்றியது கேள்வி. அதாவது ஓர் ஆத்மா எந்த உடலை அடைகிறதோ அந்த உடலுக்கு ஏற்ப, அதன் வடிவத்துக்கு ஏற்ற இன்ப துன்பங்களை அடைய முடியுமே அன்றிக் கூடுதலாக எதையும் அறிந்துகொள்ள முடியாது என்பதை விளக்குகிறது. மதுரகவியின் கேள்விக்கு நேரடியான விளக்கம் இதுதான். அவர் கேட்டது, உயிர் தோன்றும்போது அது எதைத் தின்று எங்கே கிடக்கும்? இதற்கு நம்மாழ்வாரின் பதில், அந்த உடம்பின் தொடர்பாக வரக்கூடிய பண்புகளைத்தான் கொள்ள முடியும் என்பது. இது ஓர் எளிய விளக்கமே.

இந்த நம்பற்கரிய கதையின் முக்கிய நோக்கம் வயதில் கூடுதலான மதுரகவியாரை இளம் சடகோபன் சீடராக ஏற்றுக்கொண்டு தமது பாடல்களைப் பட்டோலையில் எழுதவைத்ததான ஐதீகத்துக்கு முன்னுரை தருவதே. நாலரை ஆண்டுகள் மதுரகவியார் நம்மாழ்வார் சொல்ல ஓலைப்படுத்தியதாகச் சொல்கிறார்கள்.

திருவாசிரியத்தை யஜுர் வேதத்தின் சாரம் என்று சொல்வதில் ஓரளவு பொருத்தம் இருக்கிறது. திருவிருத்தம் ரிக் வேத சாரம் என்றும், பெரிய திருவந்தாதி அதர்வண வேத சாரம் என்றும், திருவாய்மொழி சாமவேத சாரம் என்றும் சொல்கிறார்கள்.

இக்கருத்தைக் கொஞ்சம் மிகையாகத்தான் ஏற்றுக்கொள்ள வேண்டியுள்ளது. குறிப்பாகத் திருவிருத்தம் அகத்துறைப் பாடல்கள் கொண்டது. அதில் ரிக் வேதத்தைக் காண்பதற்கு

அதீதமான கற்பனையும் வியாக்கியானமும் வேண்டும். பொதுவாகத் திருவாய்மொழியில் எல்லா வேதங்கள், கீதை ஆகியவற்றின் கருத்துகள் இருப்பது என்னவோ உண்மைதான். வைணவத்தில், குறிப்பாக தென்கலை சம்பிரதாயத்தில் தமிழ்தான் முக்கியம். வேத உபநிடதங்களைத் தேடவேண்டாம்; எல்லாம் பிரபந்தத்திலேயே இருக்கிறது என்ற விஷயத்தைச் சொல்லவே இந்தக் கருத்து உருவாகியது.

மேலும் வேத உபநிடதக் கருத்துகள் எல்லா ஆழ்வார்களிடமும் இருக்கின்றன. அவற்றை எளிதாகச் சொல்வதுதான் அவர்கள் நோக்கம். 'திராவிட வேதம்' என்று பிரபந்தத்தைச் சொல்லும் அளவுக்கு அவர்கள் தமிழுக்கு முக்கியத்துவம் கொடுத்தார்கள். அந்தக் காலங்களில் சமஸ்கிருத அறிவு பண்டிதர்களிடம் மட்டுமே இருந்ததால் அதை மக்களிடம் கொண்டுவந்து வைணவத்தை எளிதாகப் பரப்பச் செய்த ஓர் உத்திதான் இது. அதற்கு, பிரபந்தத்தைத் தொகுத்து இன்றுவரை கட்டுக் கோப்பாக வைத்திருக்க வழி செய்த நாதமுனிகளுக்கு நாம் எல்லோரும் நன்றி சொல்லவேண்டும்.

வேதத்தொடர்புக் கட்டாயங்களை மறந்துகூட நம்மாழ்வாரின் பாசுரங்களைத் தனிப்பட்டுச் சுவைக்க முடியும்.

நம்மாழ்வாரின் திருவிருத்தத்தைப் பார்ப்போம். கட்டளைக் கலித்துறை என்னும் கடினமான யாப்பில் இந்தப் பாடல்கள் சங்க காலத்தின் அகத்துறைக் கருத்துகளை கடவுளுக்குப் பயன்படுத்திய முதல் முயற்சிகளில் ஒன்று. மற்றது திருமங்கை ஆழ்வாரின் முயற்சிகள். ஆழ்வார்களின் காலத்தில் பக்தி பெருக்கெடுத்து ஓடினாலும் அகத்துறைக் கருத்துகளின் அழகுணர்ச்சியைக் கை விடாமல் இருப்பதற்கு அவர்கள் செய்த சாமர்த்தியமான மாற்றம் இது என்று சொல்லலாம். தலைவனைத் தெய்வமாக்கிவிட்டால் அகத்துறைக் கருத்துகளில் உள்ள விரசங்கள் தெய்வீகம் பெற்று மன்னிக்கப்படுகின்றன. அவற்றுக்கு மரியாதை கிடைத்துவிடு கிறது. முதல் பாட்டில் ஒரு விண்ணப்பம் செய்கிறார்.

> பொய்ந்நின்ற ஞானமும் பொல்லா ஒழுக்கும் அழுக்குடம்பும்
> இந்நின்ற நீர்மை இனியாம் உறாமை உயிர் அளிப்பான்
> எந்நின்ற யோனியுமாய்ப் பிறந்தாய் இமையோர் தலைவா
> மெய்ந்நின்று கேட்டருளாய் அடியோன் செய்யும் விண்ணப்பமே
> (2478)

பொய்யான அறிவும் தவறான ஒழுக்கங்களும் அழுக்கான உடம்பும் போன்ற குணங்கள் இனி எமக்கு வேண்டாமல் உயிர்தருவாய். எப்போதும் நின்று பிறக்காமல் பிறந்த வானவர் தலைவனே, நான் செய்யும் இந்த விண்ணப்பத்தைக் கேள்.

அகத்துறைப் பாடல்கள் உள்ள திருவிருத்தத்தில் அவ்வப்போது ஆழ்வாரின் பிரம்மாண்டமான தெய்வக் கருத்துகள் ஒளிரும்.

வணங்கும் துறைகள் பலபலவாக்கி மதிவிகற்பால்
பிணங்கும் சமயம் பலபலவாக்கி அவைஅவைதோறு
அணங்கும் பலபலவாக்கி நின்மூர்த்தி பரப்பி வைத்தாய்
இணங்கும் நின்னோரையில்லாய் நின்கண் வேட்கை எழுவிப்பனே
(2573)

வணங்கும் துறைகள் பலவற்றையும், எதிர்க் கருத்துகளால் வேறுபடும் சமயங்கள் பலவற்றையும், அவை உண்டாக்கும் தெய்வங்கள் பலவற்றையும் நீயே ஆக்கி, உன் உருவத்தையே பரவ வைத்திருக்கிறாய். உனக்கு இணை யாரும் இல்லை. உன்மேல் எனக்கு வேட்கை எழுகிறது.

இந்தப் பாடலில் 'ஆகி' என்பதற்குப் பதில் 'ஆக்கி' என்று சொல்லியிருப்பது சிந்திக்க வைக்கிறது.

எல்லாத் தெய்வங்களிலும் விரவியவன் திருமாலே எனும்போது யாரைத் தொழுதாலும் திருமாலையேபோய்ச் சேர்ந்து விடுகிறது.

நம்மாழ்வாரின் திருவிருத்தத்தில் உள்ள அகத்துறைச் செய்திகள் சங்க இலக்கியத்தில் உள்ள அகத்துறைப் பாகுபாடுகளிலிருந்து சற்று வேறுபட்டவை. கட்டளைக் கலித்துறை என்னும் கடின மான வடிவமே பிற்கால வடிவம். மேலும் பிரிவுக்கும் வாடைக்கும் இரங்கல், வெறிவிலக்கு, ஏறுகோள், வரைவு கடாதல் போன்றவை பிற்காலத்தில் அகத்துறை இலக்கணத்தில் வந்து சேர்ந்துகொண்டவை. அவற்றின்படி ஆழ்வார் இயற்றி யுள்ளார். அகத்துறைத் தலைவனைச் சாதாரண மனிதனிட மிருந்து உயர்த்தி, கடவுள் ஆக்கிய பெருமை ஆழ்வார்களையே சேரும். மாணிக்கவாசகரின் திருக்கோவையார் இதுபோலவே சிவபெருமானைத் தலைவனாக வைத்துக் கட்டளைக் கலித் துறையில் இயற்றிய நூல். இரண்டையும் யாராவது ஒப்பிட்டிருக் கிறார்களா என்று தெரியவில்லை.

அகத்துறைப் பாடல்களை இரண்டுவிதமாக அர்த்தம் கொள்வது வைணவ வழக்கம், நேரடியான தலைவன், தலைவி, தோழி, பிரிவு இவை சார்ந்த அர்த்தம். தலைவன் திருமால்தான். இந்த அர்த்தத்தை மீறி உள்ளுறையாக பகவானுக்கும் பக்தனுக்கும் ஆழ்வாருக்கும் அடியாருக்கும் உள்ள உறவுகளை அகக்கண் கொண்டு பார்த்தல். பெரியவாச்சான் பிள்ளை, நம்பிள்ளை போன்றவர்கள் இவ்வாறுதான் அகத்துறைப் பாடல்களைப் பரிசீலிக்கவே சம்மதிக்கிறார்கள் என்று சொல்லலாம். காமத்துக்கு அப்பாற்பட்டது பக்தி என்பதில் அவர்கள் தெளிவாகவே இருந்தார்கள். அதிலிருந்துதான் ஆண்டாளின் Bridal mysticism தோன்றியது. காமம் என்பது கடவுள்மேல் இருந்தால் மட்டும் பக்தி ஆகிவிடுவதால் மன்னிக்கப்படுகிறது. இவ்வகையில் பிரபஞ்சத்தின் தோற்றத்தையேகூட அகத்துறை யில் கொண்டுவர முடியும்.

ஒரு நல்ல உதாரணப் பாடலைப் பார்ப்போம்.

சின்மொழி நோயோ கழிபெரும் தெய்வம் இந்நோயினதென்று
இன்மொழி கேட்கும் இளம் தெய்வம் அன்று இது வேல, நில் நீ
என்மொழி கேண்மின் என் அம்மனைமீர் உலகேழுமுண்டான்
சொன்மொழி மால் அயந்து அண்ணந்துழாய்
கொண்டு சூட்டுமினே (2497)

அகநானூறிலும் ஒரு பாடல் இதே கருத்தில் உள்ளது. வெறி விலக்கு என்கிற துறையில் வருகிறது இப்பாட்டு. தலைவனைப் பிரிந்த தலைவி வாடுவதைப் பார்த்து அவளுக்கு நோய் ஏற்பட்டது என்று கட்டுவிச்சியிடம் காட்ட, அவள்மேல் முருகப் பெருமான் வந்திருக்கிறான் என்று கட்டுவிச்சி சொல்ல, தோழி அதெல்லாம் இல்லை, நீங்கள் விலகி நில்லுங்கள், இவள்மேல் திருமாலின் துளசி மாலையை எடுத்து வீசுங்கள்; சரியாகிவிடும் என்கிறாள்.

பிரிவுத் துயரால் வாடியிருப்பதால் சில பேச்சுக்களே பேசுகிறாள் (சின்மொழி). இவள் நிலை பற்றிச் சொல்கிறேன் கேளுங்கள்; இவளுடைய நோய், மிகப் பெரிய கடவுளான திருமால்மேல் கொண்ட காதலால் உண்டாயிற்று. புகழ் வார்த்தைகளைக் கேட்டு மகிழ்கின்ற சிறு தெய்வங்களை நினைத்து வந்ததல்ல இந்த நோய். பிரளய காலத்தில் உலகைத் தன் வயிற்றில் வைத்தவன் பேரைச் சொல்லி அவன் சூடிய

துளசி மாலையை இவளுக்குச் சூட்டுங்கள். இவள் நோய் தீர இதுதான் வழி.

இதன் உள் அர்த்தமாகப் பெருமாளின் குணங்களில் ஈடுபட்டு அவனை எதிர்நோக்கி இருக்கும் ஆழ்வாருக்கு அவன் அருள் கிட்டும் காலம் நீடிக்கிறது. அவர் பாடும் பாட்டைக் கண்டு இரக்கப்பட்ட ஞானிகள் இந்தப் பாட்டைப் பாடுவதாகக் கொள்கிறார்கள். அகத்துறைப் பாடல்கள் இவ்வாறே வைணவத்தில் ஒப்புக்கொள்ளப்படுகின்றன. அந்த வகையில் இந்த அழகான பாடலைப் பாருங்கள்.

முலையோ முழுமுற்றும் போந்தில மொய் பூங்குழல் குறிய
கலையோ அரையில்லை நாவோ குழறும் கடல்மண் எல்லாம்
விலையோ என மிளிரும் கண் இவள் பரமே பெருமான்
மலையோ திருவேங்கடம் என்று கற்கின்ற வாசகமே (2537)

தலைமகள் இளமைக்குச் செவிலி இரங்குவதாக உள்ள இந்தப் பாட்டில்,

இந்தப் பெண்ணுக்கு மார்பே இன்னும் பெரிதாகவில்லை. தலைமயிர் வளரவில்லை. ஆடைகள் இடுப்பில் நில்லாமல் நழுவுகின்றன. பேச்சு சரியில்லை. கண்கள் உலகை விலை பேசும் அளவுக்கு மிளிர்கின்றன. பெருமாள் இருப்பது திருவேங்கடம் என்று மட்டும் கூறுகிறாள் இந்தப் பேதைப் பெண்

என்று ஒரு தாய், இன்னும் பருவம் எய்தாத தன் மகள் திருமாலையே எண்ணுவதை நினைத்து மனம் வருந்துகிறாள். இப்படி நேரடி அர்த்தம் கொண்ட இந்தப் பாட்டுக்கு 'ஸ்வாபதேச' அர்த்தம் இப்படிச் சொல்வார்கள்.

ஆழ்வாருடைய அறியாத காலத்திலிருந்து உண்டாகிறது அவர் பக்தி. 'முலையோ முற்றும் போந்தில' என்றால், பக்தி இன்னும் பரம பக்தியாக முற்றவில்லை. 'குழல் குறிய' என்றால், தலையால் செய்யப்படும் வணக்கம் குறைவானது. 'கலையோ அரையில்லை' என்பது, தன் முயற்சி கூடாதிருக்கும் நிலையைச் சொல்கிறது. இவ்வாறு பாடலின் அகத்துறை விளக்கத்தைத் தெய்வமாக்கிச் சுத்தப்படுத்திவிட்டுத்தான் வைணவ ஆச்சாரியர்கள் அங்கீகரிக்கிறார்கள்.

நம்மாழ்வாரின் 'பெரிய திருவந்தாதி' 87 வெண்பாக்களைக் கொண்டது. ஆழ்வார் தம் நெஞ்சுடன் பேசிக்கொள்வதான அற்புதமான பாக்கள்.

புகழ்வோம் பழிப்போம் புகழோம் பழியோம்
இகழ்வோம் மதிப்போம் மதியோம் - இகழோம் மற்று
எங்கள்மால் செங்கண்மால் சீறல்நீ தீவினையோம்
எங்கள்மால் கண்டாய் இவை (2586)

சிவந்த கண்களுடைய எங்கள் திருமாலே! உன்னை நாங்கள் புகழ்வோம், புகழமாட்டோம்; பழிப்போம், பழிக்க மாட்டோம்; மதிக்கலாம், மதிக்காமலும் இருக்கலாம். நீ அதற்காக எங்களைக் கோபிக்காதே (சீறல் நீ). உன்னைச் சரியாக எங்களால் புகழவே முடியாது. இது என்ன தீவினை? இது என்ன பிரேமை?

இந்தச் சங்கடத்துக்குக் காரணத்தை அடுத்த பாடலில் சொல்கிறார்.

இவையன்றே நல்ல இவையன்றே தீய
இவையென்று இவை அறிவனேனும் - இவையெல்லாம்
என்னால் அடைப்பு நீக்கொண்ணாது இறையவனே
என்னால் செயற்பாலது என்? (2587)

இறைவனே, இவையெல்லாம் நல்லது, இவையெல்லாம் கெட்டது என்று நான் அறிந்திருந்தாலும் என்னால் அவற்றைக் கட்டுப்படுத்த முடியாது (அடைப்பு நீக்கொணாது). என்னால் செய்யக்கூடியது என்ன, எல்லாம் நீதானே?

முதலில் அவனைப் புகழ முயன்று, அது சரிப்பட்டு வராது என்றார். அதற்குக் காரணத்தை அடுத்த பாட்டில் சொன்னார். அடுத்து என்னைப்போல் புகழுடையவர் யார் என்று கேட்கிறார்.

என்னில் மிகுபுகழார் யாவரே பின்னையும் மற்று
எண்ணில் மிகுபுகழேன் யான்அல்லால் - என்ன
கருஞ்சோதிக் கண்ணன் கடல் புரையும் சீலப்
பெருஞ்சோதிக்கு என் நெஞ்சாள் பெற்று (2588)

கரிய நிறக் கண்ணன் என்னுடையவன். கடல்போல் பெரிய வன். கரிய சோதி வடிவானவன், அவனுக்கு என் நெஞ்சம் அடிமைப்பட்டுவிட்டது. அதனால் என்னைவிடப் புகழுடை யவர் எவர்?

பெற்றதாய் நீயே பிறப்பித்த தந்தை நீ
மற்றையார் ஆவாரும் நீ... (2589)

என்று ஆழ்வார் சர்வேசுவரனே எல்லாம் என்னும் கருத்தை
அழுத்தமாகச் சொல்கிறார். உலகில் உள்ள அனைத்துப் பொருள்
களும் அவன்தான், உலகம் முழுவதும் இரண்டற விரவியவன்
எம்பெருமான் என்பதே விசிஷ்டாத்வைதத்தின் மையக் கருத்து
களில் ஒன்றாகும்.

தானே தனித் தோன்றல் தன்அளப்பு ஒன்றிலாதான்
தானே பிறர்கட்கும் தன் தோன்றல் - தானே
இளைக்கிற்பார் கீழ்மேலாம் மீண்டுஅமைப்பான் ஆனால்
அளக்கிற்பார் பாரின்மேல் ஆர்? (2608)

யாராலும் பிறப்பிக்கப்படாமல் தானே தோன்றியவன், தனக்கு
ஒப்பில்லாதவன். அவன்தான் உலகின் பிற பொருள்களிலும்
இருப்பவன். அவன் தன்னுடைய காத்தல் தொழிலில்
கொஞ்சம் அயர்ந்தால் எல்லாம் தலைகீழ் ஆகிவிடும். அதை
அவனே மீண்டும் அமைப்பான். அவனை யாரால்
அளவிட்டுச் சொல்ல முடியும்?

தனக்குவமை இல்லாதான் தாள் சேர்ந்தார்க்கல்லால்
மனக்கவலை மாற்றல் அரிது (குறள் -7)

என்கிற திருக்குறளுடன் இந்தப் பாட்டை ஒப்பிட்டு வள்ளுவரில்
சொல்லப்பட்ட கடவுள் திருமால்தான் என்று சொல்பவர்களும்
உண்டு. நம்மாழ்வாரின் பெரிய திருவந்தாதியின் மிகச் சிறந்த
பாடல்களில் இது ஒன்று. மற்றொன்று:

அவனாம் இவனாம் உவனாம் மற்று உம்பர்
அவனாம் அவன் என்றிராதே அவனாம்
அவனே எனத்தெளிந்து கண்ணனுக்கே தீர்ந்தால்
அவனே எவனேனும் ஆம் (2620)

கடவுள் யார் என்பதைப் பற்றிப் பல சந்தேகங்கள். அது
அவனா, இவனா, இல்லை இரண்டு பேருக்கு இடையில்
உள்ள உவனா, வானத்தில் இருப்பவனா என்றெல்லாம்
கலங்கவேண்டாம், உறுதியாக அவன், இவன், உவன்,
வானவன் என அனைத்தும் கண்ணனேதான்.

'உவன்' என்ற சொல் பரிபாடலிலேயே இருந்திருக்கிறது. இப்போது தமிழ்நாட்டில் வழக்கொழிந்துவிட்ட ஓர் அருமையான வார்த்தை. யாழ்ப்பாணத்தில் இன்றும் பயன்படுத்துகிறார்கள். அங்கே இருப்பவன் அவன், இங்கே இருப்பவன் இவன், எதிரே இருப்பவன் உவன்.

முதலாம் திருவுருவம் மூன்றென்பர் ஒன்றே
முதலாகும் மூன்றுக்கும் என்பர் - முதல்வ
நிகரிலகு காருருவா நின்னகத்தது அன்றே
புகரிலகு தாமரையின் பூ (2656)

எல்லாவற்றுக்கும் முதன்மையானது பிரம்மா, விஷ்ணு, சிவன் என்று மூன்று உருவம் சொல்வார்கள். சிலர், இந்த மூன்றுக்கும் மேற்பட்ட துரியபிரம்மம் என்ற ஒன்றைச் சொல்கிறார்கள். கரிய உருவம் கொண்ட மாலே, உன் உந்தியிலிருந்து தாமரைப்பூ வந்து, அதிலிருந்து பிரமன் வந்து, அதிலிருந்து படைப்புகள் வந்ததால் நீதானே முதல்வன் என்பது தெளிவல்லவா!

நம்மாழ்வாரின் பெரிய திருவந்தாதியின் மிகச் சிறந்த வெண்பா இது:

பூவையும் காயாவும் நீலமும் பூக்கின்ற
காவிமலர் என்றும் காண்தோறும் - பாவியேன்
மெல்லாவி மெய்மிகவே பூரிக்கும் அவ்வவை
எல்லாம் பிரான் உருவே என்று (2657)

காயாம்பூ, கருநெய்தல், செங்கழுநீர் போன்ற மலர்களை எல்லாம் பார்க்கும்போது இந்தப் பாவி மனசு அப்படியே பூரித்துப் போகிறது. அவை எல்லாம் திருமாலின் வடிவங்களே.

87 பாடல்களே இருந்தாலும் பெரிய திருவந்தாதி என்று அழைப்பதன் காரணம் பாடல்களின் பெருமைதான்.

திருவாய்மொழி என்பதற்கு, மேன்மையான வாயினால் சொல்லும் சொற்களினால் ஆகிய நூல் என்று பொருள் சொல்கிறார்கள். திரு என்கிற அடைமொழியை வாய்க்கும், வாய் மொழிக்கும் கூறலாம்.

திருமங்கையாழ்வாரின் திருமொழி என்பதிலிருந்து வேறுபடுத்துவதற்கும் திருவாய்மொழி எனப்பட்டது என்றும் சொல்கிறார்கள்.

இப்பிரபந்தம் நூறு பதிகங்களாக அமைந்த ஆயிரத்து நூற்றிரண்டு செய்யுள்களைக் கொண்டது. ஒவ்வொரு நூறும், பத்து பத்தாக அமைந்தது. முழுவதும் அந்தாதித் தொடையாக இருக்கிறது. அந்தாதி என்பது, முன்னாள் உள்ள பாசுரத்தின் கடைசி, அடுத்த பாசுரத்தின் முதல் அடியின் முதல் சீராக வருவது. தொடை என்றால் தொடுத்து வரும் பாக்கள். இவ்வந்தாதி 'சொற்றொடர் நிலை' என்ற வகையைச் சார்ந்தது. அதாவது, முன் பாசுரத்தின் பொருள் தொடர்ந்து அடுத்த பாசுரத்திலும் வருவது.

தொல்காப்பியத்தில் எட்டு வகை வனப்புகள் சொல்லப்படுகின் றன. அதில் இது விருந்து என்பதின்பால் படும். விருந்து என்பது 'புதுவது கிளந்த யாப்பின் மேற்றே' என்கிறது தொல்காப்பியம். புதிதாக ஒரு வடிவம் செய்துகொள்வதற்கு வழி வகுக்கிறது. முத்தொள்ளாயிரத்தையும் முதலாழ்வார்களின் அந்தாதிகளையும் நச்சினார்க்கினியர் இதற்கு உதாரணமாகச் சொல்வார்.

ஆழ்வார்களில் நம்மாழ்வாரின் திருவாய்மொழிக்கு மற்றைய அருளிச் செயல்களைக்காட்டிலும் ஏற்றம் அதிகம் என்கிறார் அண்ணங்கராச்சாரியார். திருவாய்மொழியை வைணவக் கோயில்களில் திருவீதிகளில் சேவிக்காமல் ஆஸ்தானத்திலேயே சேவிக்கவேண்டும் என்கிற சம்பிரதாயமும் இன்னும் உண்டு. இது அத்தனை முக்கியம் வாய்ந்தது. இதற்குத்தான் வைணவ மரபில் அதிக வியாக்கியானங்களும் உண்டு.

அவை இவை: கருகைப்பிரான் என்பவர் அருளிச்செய்த ஆறாயிரப்படி, நஞ்சீயர் அருளிச் செய்த இருபத்துநாலாயிரப்படி, நம்பிள்ளை அருளியச் செய்ததை வடக்கு திருவீதிப் பிள்ளை படியெடுத்த ஈடு முப்பத்தாறாயிரப்படி, அழகிய மணவாள ஜீயர் அருளிய பன்னீராயிரப்படி.

சமஸ்க்ருதத்திலும் இதற்குச் சாரமாக வேதாந்த தேசிகர் 'திரமிடோ உபனிஷத் சாரம்' என்றும் அழகிய மணவாள ஜீயர் 'திரமிடோ உபனிஷத் சங்கதி' என்றும் நூல்கள் எழுதி உள்ளனர். மணவாள மாமுனிகளின் திருவாய்மொழி நூற்றந்தாதியும் பிரசித்தமானது. திராவிட வேதம் என்று சொல்வது திருவாய்மொழியைத்தான்.

திருவாய்மொழியின் முதல் பாட்டே கடவுள் குணமற்றவன் என்கிற புறமதக் கருத்தை மறுக்கிறது. பகவானுடைய குணங் களைத் தெளிவாகச் சொல்கிறார்.

உயர்வற உயர்நலம் உடையவன் யவனவன்
மயர்வற மதிநலம் அருளினன் யவனவன்
அயர்வறும் அமரர்கள் அதிபதி யவனவன்
துயர்அறு சுடர் அடி தொழுதெழு என் மனனே (2899)

தன்னைவிட உயர்த்தியான குணங்கள் இல்லாதவன்
எவனோ, அறியாமை (மயர்வு) விலக ஞானத்தையும்
பக்தியையும் அருளியவன் எவனோ, மறப்பு (அயர்வு)
இல்லாத தேவர்களுக்குத் தலைவன் எவனோ, துயரங்களைப்
போக்குகிற அவனது அடிகளை வணங்கி எழு என் மனமே.

திருவாய்மொழி மிக்க சிந்தனையுடன், அழகுணர்ச்சியுடன்
அமைக்கப்பட்ட நூல் என்பது தெரிகிறது. இப்படித் தொகுத்த
தற்குக் காரணம் நம்மாழ்வாரின் அபார ஞானமும் கவிதைத்
திறமையும் என்பது முதல் பத்து பாடல்களிலேயே தெரியும்.
ஐந்தாவது பாசுரம் உலகப் பிரசித்தமானது.

அவரவர் தமதமது அறிவறி வகைவகை
அவரவர் இறையவர் எனஅடி அடைவர்கள்
அவரவர் இறையவர் குறைவிலர் இறையவர்
அவரவர் விதிவழி அடைய நின்றனரே (2903)

அவரவர் தங்கள் தங்கள் ஞானத்தால் அறியும் வகைவகை
யான தெய்வங்களை நம் தெய்வங்களாக அடிபணிவார்கள்.
அந்த அந்தத் தெய்வங்களும் குறையில்லாதவர்கள்தாம்.
அவர்களுடைய விதிமுறைகளின் வழியாக அத்தெய்வங்
களை அடையமுடியும்.

இந்த நேரடியான அர்த்தத்தை வைணவ சம்பிரதாயமும் ஒப்புக்
கொள்வதில்லை. தங்கள் தங்கள் அறிவினால் அறியப்படுகிற
மற்ற தெய்வங்களைத் தொழுதாலும் பலன் பெறலாம். ஆனால்
அவரவர் விதிவழி அடையச் செய்வது அந்தத் தெய்வங்களின்
உள்ளும் அந்தர்யாமியாக நிற்கும் திருமாலே என்றுதான் அர்த்தம்
சொல்வார்கள்.

திடவிசும்பு எரிவளி நீர்நிலம் இவைமிசைப்
படர்பொருள் முழுவதுமாய் அவை அவைதொறும்
உடல்மிசை உயிரெனக் கரந்தெங்கும் பரந்துளன்
சுடர்மிகு சுருதியுள் இவையுண்ட சுரனே (2905)

திடப்பொருள்கள், ஆகாயம், காற்று, நீர், நிலம் இவை எல்லாவற்றிலும் படர்ந்த பொருள் ஆனவன். அவற்றின் உடலுக்குள் உயிர்போல மறைந்து உள்ளேயும் வெளியேயும் வியாபித்தவன். வேதத்தில் உள்ளவன். இவற்றை எல்லாம் உண்டவனும் இவனே.

நம்மாழ்வாரின் கடவுள் தத்துவத்தின் அடிப்படையான விசிஷ்டாத்வைதக் கருத்துகளின் அடிப்படையும் ஆனது இப்பாடல். பிரபஞ்சத்தில் உள்ள அத்தனை பொருள்களிலும் சாரமாக விரவியிருப்பவன் கடவுள் என்கிற தத்துவத்தை விஞ்ஞானத்தால்கூட இந்த நாட்களில் மறுக்க முடிவதில்லை.

திருவாய்மொழியின் முதல் பத்தின் சிகரம் போன்றது இந்தப்பாட்டு,

உளன் எனில் உனள் அவன் உருவம் இவ்வுருகள்
உளன் அலன் எனில் அவன் அருவம் இவ்வருவுகள்
உளனென இலனென இவைகுண முடைமையில்
உளன் இரு தகைமையொடு ஒழிவலன் பரந்தே (2907)

அவன் உண்டு என்று சொன்னாலும் இல்லை என்று சொன்னாலும் இருக்கிறான் (உளன்). இருக்கிறான், இல்லை என்னும் இரண்டு நிலைகளையும் உடையதாலே உருவமுள்ளவையும் உருவமற்றவையும் பெருமானின் ஸ்தூல சூட்சும சரீரமாகக் கருதப்படும். இவ்விரண்டு தன்மைகளோடு எல்லாக் காலங்களிலும் எல்லா இடங்களிலும் உள்ளவன் கடவுள்.

சர்வ சூன்ய வாதத்தைச் சிதைப்பதாகக் கருதப்படும் இப்பாடல் பல்வேறு படிமங்கள் கொண்டது. திருவாய்மொழியின் முதல் பத்து பாடல்களிலேயே உள்ள கம்பீரம் நம்மை பிரமிக்க வைக்கிறது. ஒவ்வொரு பத்தையும் ஒரு திருவாய்மொழியாகச் சொல்வது வழக்கம். அவ்வகையில் நாம் பார்த்தது முதல் திருவாய்மொழி. இரண்டாம் திருவாய்மொழியில் சில ரத்தினச் சுருக்கமான பாடல்கள் உள்ளன;

வீடுமீன் முற்றவும் வீடுசெய்து உம்முயிர்
வீடுடையான் இடை வீடு செய்ம்மினே (2910)

எல்லாவற்றையும் விட்டுவிடு. அப்படி விட்டுவிட்டு உன் உயிரைச் சொர்க்கத்தில் உள்ளவனிடம் ஒப்படைத்துவிடு.

மின்னின் நிலையில மன்னுயிர் யாக்கைகள்
என்னுமிடத்து இறை உன்னுமின் நீரே (2911)

மின்னலைக் காட்டிலும் நிலையற்றது நம் உடம்பு. இதைக்
கொஞ்சம் (அறை) யோசித்துப் பாருங்கள்.

நீர் நிமது என்றிவை வேர்முதல் மாய்த்து இறை
சேர்மின் உயிர்க்கு அதன் நேர்நிறை இலவே (2912)

நான், என்னுடையது என்ற அகங்காரங்களை வேரோடு மாய்த்து
இறைவனைச் சேருங்கள். அதற்கு ஈடானது வேறில்லை.

இல்லதும் உள்ளதும் அல்லது அவன் உரு
எல்லையில் அந்நலம் புல்கு பற்றற்றே (2913)

இருப்பது இல்லாதது இரண்டுமே அவன் உருவம். எல்லை
யில்லா அந்த ஆனந்தத்தை, பற்றுகளை நீக்கி ஏற்றுக்கொள்.

அற்றது பற்றெனில் உற்றது வீடு உயிர்
செற்றது மன்னுறில் அற்றிறை பற்றே (2914)

பற்றுகளை நீக்கிவிட்டால் உயிர் மோட்சம் பெறும். எல்லாவற்
றையும் வெறுத்து அருகே நெருங்கி இறைவனைப் பற்றுக.

திருவாய்மொழியின் முதல் இருபது பாடல்களைத் திரும்பத்
திரும்பப் படிக்கிறபோதுதான் அவற்றின் உள்ளர்த்தங்கள் விரியும்.

மூன்றாம் திருவாய்மொழியின் முதல் பாசுரம் இது-

பத்துடை அடியவர்க்கு எளியவன் பிறர்களுக்கு அரிய
வித்தகன் மலர் மகள் விரும்பும் நம்அருள் பெறல் அடிகள்
மத்துறு கடை வெண்ணெய் களவினில் உரலிடை யாப்புண்டு
எத்திறம் உரலினோடு இணைந்திருந்து ஏங்கிய எளிவே (2921)

பக்தி உடைய அடியவர்களுக்கு எளியவன். மற்றவர்க்கு
அரியவன். வித்தகன். திருமகள் விரும்புவன். பெறுதற்கு
அரியவன். வெண்ணெய் திருடி உரலோடு கட்டுண்டு
ஏங்கியிருந்த எளிமைக் குணம் எப்படிப்பட்டது!

நான்காவது திருவாய்மொழியில் ஆழ்வார் ஒரு பெண்ணாகத்
தன்னை எண்ணிக்கொண்டு எழுதியுள்ளார். இதற்கு ஆழ்ந்த
கருத்து உள்ளது.

திருமாலின் பேராண்மைக்கு முன் உலகமே பெண்தன்மை உடையதாக இருப்பதாகக் கொள்கிறோம். தண்டகாரண்ய வாசிகளான முனிவர்கள் ராமபிரான் அழகில் ஈடுபட்டு பெண்மை விரும்பி மற்றொரு பிறப்பில் ஆயர் மங்கைகளாகக் கண்ணனை அடைந்தனர் என்றொரு ஐதீகம் உண்டு. ஆழ்வார் அடுத்த பிறவிக்குக் காத்திராமல் இந்த ஜன்மத்திலேயே பெண்மையை அனுபவிக்கிறார்.

ஆழ்வார் பாடல்களில் சிருங்கார ரசம் கலந்திருப்பதற்குக் காரணம், கசப்பு மருந்துக்கு வெல்லம் பூசிக் கொடுப்பதுபோலச் சிற்றின்பத்தின் மூலம் பேரின்பத்தைக் காட்டுவது என்பர்.

அஞ்சிறைய மடநாராய் அளியத்தாய் நீயும் நின்
அஞ்சிறைய சேவலுமாய் ஆவாவென்று எனக்கு அருளி
வெஞ்சிறைப் புள்ளுயர்த்தார்க்கு என் விடு தூதாய்ச் சென்றக்கால்
வன்சிறையில் அவன் வைக்கில் வைப்புண்டால் என் செயுமோ
(2932)

அழகான சிறகுகள் கொண்ட நாரையே, தயை பண்ணு, உன்னுடைய ஆண் துணையோடு, ஐயோ என்று எனக்கு அருளி, கருடனைக் கொடியாகக் கொண்ட திருமாலுக்கு என்னால் விடப்பட்ட தூதாகிச் சென்றால் அவன் உன்னைச் சிறையிலே வைத்து அதை அனுபவித்தால் என்ன கெடுதல்!

நம்மாழ்வாரின் திருவாய்மொழியில் எந்தப் பாசுரத்தை எடுத்தாலும் வியக்க முடியும். சங்கப்பலகையில் இவருடைய திருவாய்மொழியை வைக்க நினைத்தார்களாம்.

கண்ணன் கழலிணை
நண்ணும் மனமுடையீர்
எண்ணும் திருநாமம்
திண்ணம் நாரணமே (3935)

என்னும் பாசுரத்தை வைத்ததுமே, உடன் வைக்கப்பட்ட இதர நூல்களை எல்லாம் பலகை தள்ளிவிட்டதாக ஒரு கதை உண்டு. திருவாய்மொழியின் தாக்கம் கம்பராமாயணத்தில் உள்ளது. நம்மாழ்வாரைப் போற்றி அவர் பெயரிலேயே சடகோபர் அந்தாதி எழுதினார் கம்பர்.

திருவாய்மொழியில் சில பதங்கள் திருக்குறளிலிருந்து எடுக்கப் பட்டவை. 'உன்னு சுவையொளி ஊறு ஓசை நாற்றம் முற்றும்

நீயே' என்பது திருவாய்மொழி. 'சுவை ஒளி ஊறு ஓசை நாற்றம் என்று ஐந்தின் வகைதெரிவான் கட்டே உலகு' என்பது குறள். சுவை, ஒளி, தொடுகை, ஒலி, வாசனை என்று ஐந்து பாகுபாடு களை அறிந்தவன் உலகை ஆளலாம் என்கிறார் வள்ளுவர். இவை ஐந்தும் நீயே என்று நாராயணனைப் போற்றுகிறார் ஆழ்வார். ஆழ்வார் நாராயணனை மட்டும்தான் பாடுவார்.

சொன்னால் விரோதமிது ஆகிலும் சொல்லுவன் கேண்மினோ
என்னாவின் இன் கவி யான் ஒருவர்க்கம் கொடுக்கிலேன்
தென்னா தெனாவென்று வண்டு முரல் திருவேங்கடத்து
என்னானை என்னப்பன் எம்பெருமான் உளனாகவே (3209)

சொன்னால் சண்டை வரும்; இருந்தாலும் சொல்வேன், கேளுங்கள். என்னுடைய கவிதைகளை திருவேங்கடத்துப் பெருமான் இருக்கும்வரை வேறு யாருக்கும் கொடுக்க மாட்டேன்

என்கிறார் ஆழ்வார்.

ஊரவர் கவ்வை எருவிட்டு அன்னை சொல்
ஈர நெல் வித்தி முளைத்த நெஞ்சப் பெருஞ்செய்யுள்
பேரமர் காதல் கடல் புரைய விளைவித்த
காரமர் மேனி நம் கண்ணன் தோழீ கடியனே (3366)

என்பது திருவாய்மொழி

ஊரவர் கவ்வை எருவாக அன்னை சொல்
நீராக நீளும் இந்நோய்(குறள் 1147)

ஊரார் திட்டுவது எருவாக, தாய் திட்டுவது நீராகக் காதல் பயிர் வளர்கிறது என்கிற அருமையான குறளை அப்படியே எடுத்தாண்டு அந்தக் காதலைத் திருமால்பால் செலுத்தியிருக் கிறார் ஆழ்வார். இவ்வகையில் இன்னும் மூன்று நான்கு இடங் களில் குறளை அப்படியே எடுத்தாண்டிருக்கிறார். அதனால் ஆழ்வார் தமிழ் இலக்கியங்களில் தேர்ந்தவர் என்பது தெளிவா கிறது.

நம்மாழ்வார் 36 வைணவத் தலங்களைப் பாடியிருக்கிறார். அதில் பரமபதம், பாற்கடல் இரண்டையும் நாம் இந்தப் பிறவியில் அடையமுடியாது. மற்ற தலங்கள் தென்னாட்டிலும் கேரளத்திலும்

உள்ளன. வடநாட்டில் துவாரகையைப் பாடியிருக்கிறார். இப்போதும் சின்னச் சின்ன ஊர்களாக இருக்கும் திருக்காட்கரை, திருமூழிக்களம், திருப்புலியூர், திருவட்டாறு, திருக்கடித்தானம், தொலைவில்லிமங்கலம், வரகுணமங்கை, திருக்குளந்தை, திருக்கோளூர் போன்ற தலங்களை வைணவர்கள் தேடிப்போய்த் தான் கண்டுபிடிக்க வேண்டும். ஆயிரத்து இருநூறு வருடங் களுக்குமுன் இத்தனை தலங்களுக்குச் சென்று பாடியிருப்பது ஆச்சரியமே! மதுரைக்கு அருகே உள்ள அழகர் கோயில் என்னும் திருமாலிருஞ்சோலையைச் சிறப்பாகப் பாடியிருக்கிறார். மதுரைக்கு அருகேயே உள்ள திருமோகூரையும் பாடியுள்ளார். திருவரங்கம், திருப்பதி, திருக்கண்ணபுரம், திருக்குடந்தை போன்ற பெரிய தலங்களையும் பாடியிருக்கிறார்.

நம்மாழ்வாரைப் பற்றிய ஓர் அருமையான ஆங்கில அறிமுகம் ஏ.கே. ராமானுஜனின் Hymns for the Drowning என்ற புத்தகத்தில் கிடைக்கிறது.

ஏழாம் பத்து, நான்காம் திருவாய்மொழியின் முதல் முக்கியமான பாடல், பிரபஞ்சத்தின் ஆரம்ப கணத்தை விவரிக்கும். இந்தப் பாடல் முக்கியமான சிருஷ்டித் தத்துவங்களைக் கொண்டது.

ஆழி எழச் சங்கும் வில்லும் எழத் திசை
வாழி எழத் தண்டும் வாளும் எழ அண்டம்
மோழை எழ முடி பாதம் ஏழ அப்பன்
ஊழி எழ உலகம் கொண்டவாறே (3594)

முதலில் சக்கரம் எழுந்தது. பின் சங்கம், வில், கதை, வாளும் எழுந்தன. எட்டு திசைகளிலிருந்தும் வாழ்த்துகள் எழுந்தன. பிரபஞ்சம் எனும் முட்டை (மோழை) உடைந்தது. அதிலிருந்து அவன் தலையும் பாதமும் எழுந்தன. காலம் எழுந்தது. உலகம் வந்தது.

இப்படிக் கடவுள் தன்னைத் தானே பிறப்பித்துக்கொள்ளும் சிருஷ்டி தத்துவம் உலகின் சில மதங்களில்தான் உள்ளது.

திருவருள் செய்பவன் போல என்னுள் புகுந்து
உருவமும் ஆருயிரும் உடனே உண்டான்
திருவளர்சோலைத் தென்காட்கரை என் அப்பன்
கருவளர் மேனி என் கண்ணன் கள்வங்களே! (3840)

அருள் செய்கிறவன்போல வந்து எனக்குள் புகுந்துகொண்டு என் உடலையும் உயிரையும் விழுங்கிவிட்டான். இது அந்தக் கரியமேனிக் கண்ணனின் விளையாட்டுகளே.

ஒன்பதாம் பத்து, ஆறாம் திருவாய்மொழியில் திருக்காட்கரை பாசுரங்களில் ஆழ்வார், திருமால் எல்லா உலகத்தையும் அவனுக்குள் வைத்து அதையே விழுங்க வல்லவன் என்று சொல்லும் கருத்து நவீன 'காஸ்மாலஜி' கருத்துகளுக்கு மிக அருகில் வருகிறது.

அறிகிலேன் தன்னுள் அனைத்துலகும் நிற்க
நெறிமையால் தானும் அவற்றுள் நிற்கும் பிரான்
வெளி கமழ்சோலைத் தென்காட்கரை என்அப்பன்
சிறிய என் ஆருயிர் உண்ட திருவருளே (3839)

தனக்குள்ளே எல்லா உலகும் நிற்க, தானும் அவற்றுள் நிற்கிறான். சின்னதான என் உயிரையும் எதற்காக விழுங்கி யிருக்கிறானோ தெரியவில்லை

என்கிறார் ஆழ்வார். இந்தப் பாசுரங்களின் ஆழ்ந்த அர்த்தங்கள், முழுவதும் பிடிபடாமல் நம்மைப் பிரமிக்க வைக்கின்றன. 'கோணை பெரிதுடைத்து எம்பெம்மானைக் கூறுதற்கே' என்று ஆழ்வார் கடவுளை வருணிப்பது பிரயாசம் மிக்கது என்று சொன்னாலும், மிக மிகத் தைரியமாக முயன்று பார்க்கிறார். பிரபஞ்சத்தை உண்டாக்கி, அந்தப் பிரபஞ்சத்தின் அங்கமாகவும் இருக்கிற கடவுளை நம்மால் மனத்தில் வரித்துக்கொள்ள முடிந்தால், அது நவீன குவாண்டம் இயற்பியல் பிரபஞ்சத்தின் ஆரம்ப கணத்தை விவரிப்பதுடன் ஒத்துப்போகிறது.

காலம் உட்பட எதுவுமே, யாருமே இல்லாத அன்று பிரபஞ்சம் தோன்றியது என்பது இயற்பியல் சொல்லும் தத்துவம். ஆரம்ப காலத்தில் matter, antimatter இரண்டும் சமனாக ஒன்றை ஒன்று எதிர்ப்படுவதால் நிகரமாக ஒன்றுமில்லாத ஒரு சூன்ய நிலை. காலத்தின் ஆரம்பத்தை சூலுற்ற கணமாக, பிரபஞ்சத்தின் முதல் கணத்தை இயற்பியல் சொல்கிறது. அதே போன்ற கணத்தை நம்மாழ்வார் விவரிப்பது வியப்பிலும் வியப்பே.

ஒன்றும் தேவும் உலகும் உயிரும் மற்றும் யாதும் இல்லா
அன்று நான்முகன் தன்னொடு தேவர்உலகோடு உயிர்படைத்தான்
குன்றம் போல் மணிமாடம் நீடு திருக்குருகூர் அதனுள்
நின்ற ஆதிப்பிரான் நிற்க மற்றைத் தெய்வம் நாடுதிரே (3330)

தேவ ஜாதி, உலகம், உயிர், வேறு எதுவுமே இல்லாத அந்தக் கணத்தில் பிரம்மா, தேவர்கள், உலகம், உயிர்கள் என எல்லா வற்றையும் படைத்தான். திருக்குருகூரில் நின்று தரிசனம் தரும் அவன் இருக்க, ஏன் மற்ற தெய்வங்களை நாடுகிறீர்கள்?

பிரபஞ்ச சிருஷ்டியைப் பற்றிப் பேசிவிட்டு உடனே சொந்த ஊர்ப் பெருமாளை மறக்காது பாடும் நம்மாழ்வாரின் சிறப்பை வியக்காமல் இருக்க முடியவில்லை. பிரபந்தத்தில் நேரடியாக கீதையைப் பற்றிய செய்தி எங்குமே இல்லை என்று ஒரு கருத்து உண்டு. பார்த்தனுக்குத் தேர் ஊர்ந்தது இருக்கிறது. ஆனால் அவனுக்குக் கீதாபதேசம் செய்தது நேரடியாக நாலாயிரம் பாடல்களில் எதிலும் இல்லை. 'வார்த்தை' என்று ஓர் இடத்தில் மட்டும் திருமங்கையாழ்வார் பாசுரத்தில் வருகிறது என்று காஞ்சிபுரத்தில் ஒரு சுவாமி சொன்னார். அதை நான் தேடிக் கொண்டிருக்கிறேன்.

ஆனால், கீதையில் சொல்லப்படும் கருத்துகள் ஐந்தாம் பத்து, ஆறாம் திருவாய்மொழியில் பரவலாக உள்ளன. திருவாய் மொழியின் மிகச் சிறந்த பாடல்கள் இவை. ஒரு தாய் தன் மகளுக்குள் திருமால் வந்து புகுந்துவிட்டதால் இப்படி எல்லாம் பேசுகிறாளே, என்ன செய்வேன் என்று கவலைப்படுவதாக அமைந்த பாடல்கள்.

பகவான் மனித உருவில் வந்து தன்னைப் பற்றியே சொல்வது தான் கீதையின் மையமான சிந்தனை.

கடல் ஞாலம் செய்தேனும் யானே என்னும்
　　கடல் ஞாலம் ஆவேனும் யானே என்னும்
கடல் ஞாலம் கொண்டேனும் யானே என்னும்
　　கடல் ஞாலம் கீண்டேனும் யானே என்னும்
கடல் ஞாலம் உண்டேனும் யானே என்னும்
　　கடல் ஞாலம் ஈசன் வந்து ஏறக்கொலோ?
கடல் ஞாலத்தீர்க்கு இவை என் சொல்லுகேன்
　　கடல் ஞாலத்து என் மகள் கற்கின்றவே? (3396)

நீரையும் நிலத்தையும் செய்தது நானே, அது ஆவதும் நான், அதைக் கொண்டதும் நான், அதைப் பிளந்ததும் நான், உண்டதும் நான். திருமால் வந்து புகுந்ததாலோ என்னவோ உலகத்தவர்களே, என் மகள் இப்படியெல்லாம் பேசுகிறாள்.

மகள் இப்படிப் பேசுகிறாளே என்கிற கவலையை நீக்கிவிட்டால் இந்தப் பாசுரங்களின் கருத்துகள் முழுவதும் கீதையில் உள்ளவை. அவற்றைப் பொழிப்புரைத்தால் பிரமிப்பு தரும்.

என்னுடைய கல்விக்கு எல்லையில்லை. நானேதான் கல்வி, அதைச் செய்பவனும் நானே, தீர்ப்பவனும் நானே, அதன் சாரமும் நான்தான். காணும் நிலம் எல்லாம், ஆகாயமெல்லாம் நான், தீ நான், காற்று நான். கடல் நான். சிவன் நான். பிரம்மா நான். தேவர்களும் நான், இந்திரனும் நான். முனிவர்களும் நான்.

என்னிடம் கொடிய வினைகள் ஏதும் கிடையாது. கொடிய வினைகள் ஆவதும் நான்தான். அவற்றைச் செய்வதும் தீர்ப்பதும் நான்தான்.

சொர்க்கம் நான், நரகம் நான், மோட்சம் நான், உயிர்கள் நான், தனிமுதல்வன் நான். செய்வதெல்லாம் நான், செய்யாதனவும் நான், செய்து கழிந்ததும் நான்தான். செய்கைப் பயனும் நான். செய்பவர்களைச் செய்வதும் நான்! தவறாமல் உலகத்தைக் காக்கின்றவன் நான். மலை எடுத்தேன், அசுரரைக் கொன்றேன், இறையவரைக் காத்தேன், கன்று மேய்த்தேன், ஆநிரை காத்தேன். எனக்கு உறவினர்கள் யாரும் இல்லை. எனக்கு எல்லோரும் உறவினர்கள். உறவுகளைச் செய்வதும் அழிப்பதும் நான்தான்.

வியக்க வைக்கும் இந்தக் கருத்துகள் இந்தப் பத்தில் உள்ளன. நம்மாழ்வாரின் பாடல்கள் அனைத்தையும் விளக்க எனக்கு ஆசைதான். அதற்காகத் தனிப்புத்தகம் எழுதவேண்டும். ஆயிரம் பாடல்களில் முக்கியமானவற்றைக் குறிப்பிடுகிறேன்:

'கிளரொளி இளமை கெடுவதன் முன்னம்' என்று தொடங்கும் இரண்டாம் பத்து, பத்தாம் திருவாய்மொழி.

'ஒழிவில் காலம் எல்லாம் உடனாய் மன்னி' என்று தொடங்கும் மூன்றாம் பத்து மூன்றாம் திருவாய்மொழி.

'ஒருநாயகமாய் ஓட உலகுடன் ஆண்டவர்' 4-1

'ஒன்றும் தேவும் உலகும்' 4-10

'ஆரா அமுதே அடியேன் உடலம்' 5-8

‘உலகமுண்ட பெருவாயா’ 6-10

‘கங்குலும் பகலும் கண்துயில் அறியான்’ 7-2

‘ஆழிஎழச் சங்கும் வில்லும் எழ’ 7-4

‘நெடுமாற்கு அடிமை செய்வேன் போல்’ 8-10

‘மாலை நண்ணித் தொழுது எழுமினோ வினை கெட’ 9-10

‘சூழ்விசும்பு அணிமுகில் தூரியம் முழக்கின’ 10-9

‘முனியே நான்முகனே முக்கண்ணப்பா’ 10-10

மேலே குறிப்பிட்ட பாடல்கள் வைணவர்களின் நித்யானுஸந்தானம் என்னும் தினம் படிக்கவேண்டிய பட்டியலைச் சேர்ந்தவை. குறிப்பாகச் ‘சூழ்விசும்பு அணிமுகில்’ என்னும் பத்து பாடல்கள் சொர்க்கத்தில் பிரவேசிக்கும் உணர்ச்சியைக் கொடுக்க வல்லவை.

> சூழ் விசும்பு அணி முகில் தூரியம் முழக்கின
> ஆழ்கடல் அலை திரைக் கையெடுத்து ஆடின
> ஏழ்மொழிலும் வளம் ஏந்திய என்னப்பன்
> வாழ்புகழ் நாராயணன் தமரைக் கண்டு உகந்தே (3979)

ஆழ்வார் பரமபதத்தைத் தன் கூட்டத்தாருடன் பார்த்த மகிழ்ச்சியை இந்தப் பாடல்களில் பாடியிருக்கிறார்.

> *மேகம் அணிந்த வானம் வாத்தியம் இசைத்தது, கடலலைகள் கைதட்டின, ஏழு தீவுகளும் அழகு பெற்றன, என் அப்பன் நாராயணனின் கூட்டத்தாரைக் கண்டு!*

நம்மாழ்வாருக்குப் பிரியாவிடையிறுத்து மதுரகவியாழ்வாரை அடுத்து கவனிக்கலாம்.

13. மதுரகவி ஆழ்வார்

மதுரகவிகளை ஆழ்வார்கள் வரிசையில் சேர்த்துக்கொள்வதற்கு முக்கியக் காரணம் அவர் நம்மாழ்வாரின் பிரதம சீடராக இருந்து திருவாய்மொழியை நெறிப்படுத்தி, அதைப் பரப்பி ஒழுங்காகப் பாராயணம் செய்ய ஏற்பாடுகள் செய்தவர் என்பதாலேயே.

பிரபந்தத்தில் இவர் எழுதிய பாடல்கள் மொத்தம் பத்துதான். அவை எல்லாம் குருகூர்ச் சடகோபன் என்னும் நம்மாழ்வாரின் புகழைப் பாடுவதே. இருப்பினும் மதுரகவி வைணவர் களின் மரியாதைக்கு உரியவர். அவர்தான் நம்மாழ்வாரைக் கண்டுபிடித்து, அவர் பாடல் களை உலகுக்கு வெளிப்படுத்தியவர் என்கிற தகுதியில்.

பாண்டிய நாட்டிலே திருக்குருகூர் என்னும் ஆழ்வார் திருநகரிக்கு அருகிலேயே உள்ள திருக்கோளூரில், ஈச்வர வருஷம் சித்திரை மாதத்தில் பிறந்தவர். நம்மாழ்வார் பிறந்த கிபி 798-க்குச் சற்று முன் பிறந்தவர். நம்மாழ் வாருக்குப் பிறகும் வாழ்ந்தவர். நம்மாழ்

வாரையே தனது தெய்வமாகக் கொண்டு அவர் பிரபந்தத்தைப் பரப்பியவர்.

மதுரகவியார் திவ்ய தேசங்களுக்குச் சென்றிருந்தபோது அயோத்தியில் சில காலம் தங்கியிருக்கிறார். அப்போது தென்திசையில் வானில் ஒரு ஜோதி அவருக்கு மட்டும் தெரிந்ததாம். அது என்ன என்று பரிசோதித்துப் பார்க்க, அதைத் தொடர்ந்து மெல்ல தெற்கே யாத்திரை செய்து வந்திருக்கிறார். இறுதியில் நம்மாழ்வார் அவதரித்த ஆழ்வார் திருநகரிவரை அந்த நட்சத்திரம் தெரிந்திருக்கிறது. இங்கே ஏதும் விசேஷம் உண்டா என்று கேட்டதற்கு, புளியமரத்துப் பொந்தில் சின்முத்திரை யோடு ஓர் இளைஞர் எழுந்தருளியிருக்கிறார், அதுதான் விசேஷம் என்றார்கள்.

மௌனமாக இருந்த நம்மாழ்வாரைக் கண்டு ஆச்சரியப்பட்டார் மதுரகவியார். இவருக்குக் கண் பார்வை உண்டா? காது கேக்குமா? என்று கண்டுபிடிக்க ஒரு பாறாங்கல்லைத் தூக்கிக் கீழே போட்டார். 'செத்தத்தின் வயிற்றில் சிறியது பிறந்தால் எத்தைத் தின்று எங்கே கிடக்கும்?' என்று கேட்டார் மதுரகவியார்.

'அத்தைத் தின்று அங்கே கிடக்கும்' என்றார் ஆழ்வார். இந்தச் சுருக்கமான உரையாடல் வைணவத்தில் சரீரத்துக்கும் ஆத்மா வுக்கும் உள்ள தொடர்பைப் பற்றிப் பேசுகிறது என்று முன்பே பார்த்தோம். மௌனமாக நிஷ்டையில் இருந்த ஆழ்வாரைப் பரீட்சை செய்து பேச வைக்க மதுரகவியார் ஒரே ஒரு கேள்வியில் தன்னுடைய அறிவையும் ஆழ்வாரின் அறிவுக்கூர்மையையும் வெளிப்படுத்துகிறார். இந்தக் குரு பரம்பரைக் கதையில் எப்படியும் நம்மாழ்வாரை உலகுக்குக் காட்டி அவர் பாடல்களை ஓலைப்படுத்தியவர் மதுரகவிகள் என்பதில் ஐயமில்லை. வயதில் சிறியவராக இருந்தாலும், அறிவிலும் தமிழிலும் கவித்துவத் திலும் பெரியவரான நம்மாழ்வாரைத் தன் குருவாகக் கொண்டார். அவருக்கு மற்ற தெய்வங்கள் தேவைப்படவில்லை.

நாவினால் நவிற்று இன்பம் எய்தினேன்
மேவினேன் அவன் பொன்னடி மெய்ம்மையே
தேவு மற்றறியேன் குருகூர் நம்பி
பாவின் இன்னிசை பாடித் திரிவனே (938)

என்று, எனக்கு வேறு தெய்வமில்லை. குருகூர் சடகோபன் தான் தெய்வம் என்று அவர்மேல் பதினொரு பாடல்கள் பாடி,

ஆழ்வாரின் ஸ்தானத்துக்கு உயர்த்தப்பட்டவர் மதுரகவியார். நம்மாழ்வார் அதிக நாட்கள் உயிருடன் இல்லை. பதினாறு வயது வரை வாய் பேசாது இருந்துவிட்டு மதுரகவியாரைச் சந்தித்ததும் தன் திருவாய்மொழியின் ஆயிரம் பாடல்களையும் செஞ்சொற் கவிகளாக அவருக்குச் சொல்லியிருக்கிறார். மொத்தம் பதினொரு பாடல்கள்தான் எழுதியிருந்தாலும் மதுரகவியின் பாடல்களைத் திருமந்திரத்தின் நடு மந்திரமான 'நமோ' என்பதின் விளக்கம் என்று சொல்கிறார்கள்.

கண்ணி நுண் சிறுத்தாம்பினால் கட்டுண்ணப்
பண்ணிய பெருமாயன் என் அப்பனில்
நண்ணித் தென்குருகூர் நம்பி என்றக்கால்
அண்ணிக்கும் அமுதூறும் என் நாவுக்கே (937)

நுட்பமான கண்ணிகளால் ஆன சிறிய கயிற்றினாலே கட்டப்பட்ட கண்ணபிரானைக் காட்டிலும் தென்குருகூர் நம்பி என்னும் சடகோபன் என்கிறபோது என் நாக்கில் தித்திக்கும் (அண்ணிக்கும்) அமுது ஊறும்.

பெருமாளை விட அடியார் முக்கியம் என்பது வைணவத்தின் ஆதாரக் கருத்துகளில் ஒன்று. அவனே என் குரு, தாய், தந்தை எல்லாம் என்கிறார்.

நன்மையாய் மிக்க நான்மறையாளர்கள்
புன்மையாகக் கருதுவர் ஆதலின்
அன்னையாய் அத்தனாய் என்னை ஆண்டிடும்
தன்மையான் சடகோபன் என் நம்பியே (940)

படித்தவர்கள் என்னைச் சிறியவனாகக் கருதலாம். அதனால் என்ன, என் அன்னையும் தந்தையும் அவன்தான். அவன்தான் என்னை ஆட்கொள்கிறான், சடகோபன் என்னும் நம்பி.

சங்கப்பலகையில் ஆழ்வாரின் பாடலை வைத்து அதன் ஏற்றத்தை நிரூபித்தவரும் மதுரகவிகள்தான்.

'ஓம் நமோ நாராயணாய' என்பது திருமந்திரம். அதில் ஓம் என்பது முதல் பதம், நமோ என்பது மையப்பதம், நாராயணாய என்பது மூன்றாவது பதம். இதில் ஓம் என்பது பகவானுக்கு அடிமைப்பட்டிருப்பதைச் சொல்கிறது என்கிறார்கள். இரண்டாம் பதம் ஆச்சாரியனுக்குத் தொண்டு செய்வதை

வலியுறுத்துவதாகச் சொல்கிறார்கள். மதுரகவியின் 'கண்ணி நுண்சிறுத்தாம்பு' பாசுரங்களை திருமந்திரத்தின் மத்தியப் பதமாகவே எண்ணி அதைப் பிரபந்தத்தின் நடுவே வைத்திருக் கிறார்கள்.

பதினொரு பாடல்களை *12,000* தடவை சேவித்தவர்களுக்கு நம்மாழ்வார் காட்சி தருவார் என்று ஒரு ஐதீகம் இருக்கிறது.

14. முடிவுரை

ஏறக்குறைய இரண்டு ஆண்டுகளாக 'ஆழ்வார்கள் - ஓர் எளிய அறிமுகம்' என்ற குமுதம் பக்தி இதழில் வந்த இத்தொடரில் எல்லா ஆழ்வார்களையும் ஆண்டாளையும் தமிழ் வாசகர்களுக்கு அறிமுகப்படுத்தி னேன். ஆழ்வார்கள் பக்தி நெறியையே குறிக்கோளாகக் கொண்டவர்கள், திருமாலை எப்போதும் மறக்காதவர்கள், மனித நேயத்தை வளர்த்தவர்கள், தமிழுக்கு மேன்மை அளித்தவர்கள், மறந்தும் பிற சமயத்தைத் தொழாதவர்கள். அவர்கள் அனைவரும் பகவானின் அம்சங்கள். ஆழ்வார்களை இப்படி எளிமைப்படுத்தி யதில் சில தீவிர வைணவர்களுக்குக் கோபம் வந்தது எனக்குத் தெரியும். சிலர் நான் சொன்ன விளக்கம் தப்பு என்றும் எழுதி வருகிறார்கள். அனைத்தும் மொட்டைக் கடிதங்கள். இது ஒரு கோழைத்தனம். கடிதங் களைக் கையெழுத்திட்டால்தான் படிப்பேன் என்பதை அவர்களுக்குத் தெரியப்படுத்து கிறேன்.

ஸ்ரீவைஷ்ணவ ஸுதர்ஸனம்' மாதப் பத்திரிகையில் புரட்டாசி இதழில் 'ஸுதர்சனர் பதில்' பகுதியில் வந்த ஒரு கேள்வி பதிலைக் கொடுக்க விரும்புகிறேன்.

ரதராஜன், வேளச்சேரி, சென்னை-600042

கேள்வி: வைணவத்தை வளர்ப்பதற்காக மாநாடுகளும், புத்தக வெளியீடுகளும், சொற்பொழிவுகளும் நடை பெற்றுக் கொண்டிருக்கும்போது 'குமுதம் பக்தி ஸ்பெஷல்' போன்ற பொதுஜனப் பத்திரிகைகளில் எழுத வாய்ப்பு பெறும் சுஜாதா போன்ற எழுத்தாளர்கள், 'ஆழ்வார்கள் சிவனும் விஷ்ணுவும் ஒன்று என்று சொல்லியிருக்கிறார்கள்' என்று எழுதுகிறார்கள். இந்த அவல நிலையை எப்படிப் போக்குவது?

ஸுதர்சனர் பதில்: நம் நாட்டில், மக்களில் பெரும்பாலான வர்கள் வைணவர்கள் அல்லாதவராகவும் வைணவக் கொள்கைகளில் விரோதம் பாரட்டுபவர்களாகவுமே இருக்கிறார்கள். ஆகையால், பல ஆண்டுகளாகவே திருமாலுக்குரிய தனிப்பெருமைகளை இருட்டடித்து 'அரியும் சிவனும் ஒன்று' என்னும் பொய்க் கொள்கையைப் பரப்புகிறவர்களாலேயே பொதுஜனப் பத்திரிகைகள் நடத்தப்படுகின்றன. இந்தக் கொள்கையை ஆதரித்தால் ஒழிய சுஜாதா போன்றவர்களின் எழுத்துகள் வெகுஜனப் பத்திரிகைகளில் விலைபோகாது. ஆகையால் அவர்கள் மனஸ்ஷாக்ஷிக்கு முரணாக ஆழ்வார்களின் ஸுக்திகளுக்கு அவப்பொருள் கூறுகிறார்கள். நமது அன்பர் பார்த்தசாரதி அவர்கள், சுஜாதாவுக்கே அவருடைய கூற்றுகளைக் கண்டித்துக் கடிதம் எழுதியுள்ளார். திருமாலே பரம்பொருள் என்னும் கொள்கையை வலியுறுத்தும் 'ஸுதர்சனம்' போன்ற பத்திரிகைகள் சில ஆயிரம் பிரதிகளே அச்சேறுகின்றன. 'குமுதம் பக்தி ஸ்பெஷல்' போன்ற பொழுதுபோக்குப் பத்திரிகைகள் லக்ஷக் கணக்கில் அச்சடிக்கப்படுகின்றன. வைணவத்தில் ஈடுபாடுள்ளவர்கள் தீவிரப் பிரசாரம் செய்து வைணவக் குடும்பத்தினர் மேற்படி பத்திரிகைகளின் பொய்ப் பிரசாரத்தால் திசை மாறிப் போகாமல் காப்பாற்றிக் கொள்ள வேண்டும். அது தவிர வேறு வழியில்லை.

இந்தக் குற்றச்சாட்டுகளில் உண்மை இல்லை என்பது இந்தத் தொடரின் வாசகர்களுக்கே தெரியும். ஒரு வைணவனான நான் வைணவர்களிடம் காணும் முக்கியமான பலவீனங்களாவன: தம்முடைய உண்மையான நண்பர்களை அறிந்துகொள்ளாததும் சகிப்புத்தன்மை இன்மையும் (intolerance). இந்தக் குலம் எண்ணிக்கையில் குறைந்துவருவதற்கும், அடையாளம் இழந்து வருவதற்கும் இவைதான் காரணங்கள். மிகவும் படித்தவரும் என் பெருமதிப்புக்கு உரியவருமான, ஸுதர்சனர் ஸ்ரீ கிருஷ்ணஸ்வாமி ஐயங்கார் அவர்களிடம் என் ஒரே வேண்டுகோள். தயைகூர்ந்து இந்தக் கட்டுரைத் தொடரில் வந்த எல்லாக் கட்டுரைகளையும் முழுவதும் படித்துவிட்டு, அதன் பின்னும் மேற்படி கருத்துகள் நியாயமானவையா என்று தெரிவிக்கவேண்டுகிறேன்.

என் எழுத்துக்கள் பொதுஜனப் பத்திரிகைகளில் விலைபோக எந்தக் கொள்கையையும் ஆதரிக்கவேண்டிய கட்டாயம் எதுவும் இல்லாதவன் அடியேன் என்பதைத் தேவரீர் அறியவேண்டும். மாறாக பொதுஜனப் பத்திரிகைகள் விலை போக, என் எழுத்துகளை நாடுவதுதான் சில சமயம் நிகழ்கிறது.

என் முதல் நோக்கம் ஆழ்வார்களைப் பற்றியே அறியாதவர்களுக்கு அவர்கள்மேல் முதல் ஈடுபாடு ஏற்பட வைப்பதே. ஏற்பட்டால், மேற்கொண்டு இந்தப் பாடல்களின் உள்ளர்த்தங்களையும் ஸ்வாபதேசங்களையும் அறிய விரும்புவார்கள். அவற்றை விரிவாகப் பல வைணவ நூல்களில் காணலாம். ஆழ்வார்களைப் படிப்படியாக அணுகவேண்டும். முதலிலேயே தீவிர வைணவ விளக்கங்களை படிக்க முற்பட்டால் தலை சுற்றும். ஒவ்வொரு பாடலுக்கும் பக்கம் பக்கமாக வியாக்கியானங்கள் இருக்கின்றன. எனக்குத் தெரிந்தவரை உலகில் இந்த அளவுக்கு வியாக்கியானங்கள் உள்ள நூல் எதுவும் இல்லை. குறிப்பாகத் திருவாய்மொழிக்கு ஆறாயிரப்படி, ஒன்பதாயிரப்படி, பன்னீராயிரப்படி, அதற்கு அடையவளைந்தான் ஜீயர் அருளும் பதவுரைகள், ப்ரமாணத் திரட்டு, திரமிடோபனிஷத் சங்கதி, திரமிடோபனிஷத் தாத்பர்ய ரத்னாவளி, திரமிடோபனிஷத் சாரம், போதுமா! ஒவ்வொரு பாட்டுக்கும் ஒவ்வொருவரும் ஓர் அவதாரிகையையும் வியாக்கியானத்தையும் எழுதியுள்ளனர். புரிந்துகொள்ள மணிப்ரவாளம், சமஸ்க்ருதம் இரண்டும் தெரிய வேண்டும்.

உதாரணமாக, நம்மாழ்வாரின் முதல் பாட்டின் முதல் சொல்லான 'உயர்வற' என்பதற்கு இருபத்து நாலாயிரப் படியின்

வியாக்கியானத்தைப் பாருங்கள். 'உயர்வு உயர்த்தி அதாவது தன்னை ஒழிந்த சகல பதார்த்தங்களிலும் எல்லாப்படியாலும் உண்டான எல்லா உயர்ந்த நிலையையும் சொல்கிறது. அற ஆதித்ய சன்னதியிலே நக்ஷத்ராதிகள் போலவே உண்டாய் அவற்றை இல்லையெனச் சொல்லுபடியாய் இருக்கை,' இதை எளிமையான தமிழில் சொன்னால், 'தன்னைத் தவிர மற்ற எல்லாவற்றையும் சூரியனுக்கு முன் நட்சத்திரங்களைப் போலக் காணாமல் போக்கிவிடும் உயர்த்தியானவன்.' பொறுமையும் நேரமும் இருப்பவர்கள் இந்த வியாக்கியானங்களில் திளைப்பார்கள். சிறப்பான விளக்கங்களை பிரதிவாதி பயங்கரம் அண்ணங்கராச்சாரியார் அவர்கள் எழுதிய திவ்யார்த்த தீபிகை உரையில் தொடங்கி மெல்ல அணுகலாம். அவருடைய சீடரான டாக்டர் எம்.ஏ. வேங்கட கிருஷ்ணனின் 'கீதாசார்யன்' பத்திரிகை யில் தெளிவான விளக்கங்கள் வருகின்றன.

அதன்பின் ஸ்ரீவைஷ்ணவ சுதர்சனம் ஆசிரியர் திரு. கிருஷ்ண ஸ்வாமி ஐயங்கார் அவர்களின் வியாக்கியானங்களும் விசேஷ மானவை. வேளுக்குடி கிருஷ்ணன் போன்றோரின் சொற் பொழிவுகள் சிறப்பானவை.

வைணவம் என்னும் மகா சாகரத்தின் கரையில் இருந்து கொண்டு அதை வியப்பாக பார்த்தோம். ஆழ்வார்கள் மேல் ஒரு பிரமிப்பையும் மரியாதையையும் உங்களிடம் ஏற்படுத்தி யிருந்தால் நான் தொடங்கிய காரியம் முற்றுப்பெற்றது என்று சொல்லலாம். திருவாய்மொழியின் கடைசிப் பாடலுடன் இத்தொடரை முடிக்கிறேன்.

சூழ்ந்து அகன்று ஆழ்ந்து உயர்ந்த முடிவில்பெரும் பாழேயோ
சூழ்ந்து அதனில் பெரிய பரநன் மலர்ச் சோதீயோ
சூழ்ந்து அதனில் பெரிய சுடர்ஞான இன்பமேயோ
சூழ்ந்து அதனில் பெரிய என் அவா அறச் சூழ்ந்தாயே (3999)

அகலம், ஆழம், உயரம் இவற்றின் முடிவில்லாத பெருவெளி, அதைவிடப் பெரிய சோதி, அதைவிடப் பெரிய ஞானம், அதனைவிடப் பெரிய என் ஆசை, அதை நீக்கி என்னைச் சூழ்ந்து கொண்டாயே!

கடவுள் இவ்வாறு நம்மைச் சூழ்ந்து கொள்ளும்போது கிடைப்பதுதான் மோட்சம் என்பதோ?

www.ingramcontent.com/pod-product-compliance
Lightning Source LLC
Chambersburg PA
CBHW031238260626
47169CB00007B/2362